ബിഗ് ലീപ്

Big leap

Chandrayathrayude Anbadandukal

Sabu Jose

CHINTHA PUBLISHERS
Thiruvananthapuram

First Edition
October 2021

Published
Chintha Publishers, Thiruvananthapuram

Typesetting
Star Communications, Thiruvananthapuram

Cover Design
Vinod Mangoes

ISBN - 978-93-89410-02-0

CO - 2842 / 5108

Email: chinthapublishers@gmail.com
Website: www.chinthapublishers.com

Distribution
DESHABHIMANI BOOKHOUSE
H O Thiruvananthapuram 695035

Branch
Head Office Kunnukuzhi • Statue Thiruvananthapuram •
KSRTC Bus Station Thiruvananthapuram •
KSRTC Bus Station Alappuzha • KSRTC Bus Station Ernakulam •
Machingal Lane Thrissur • IG Road Kozhikode •
Mavoor Road Kozhikode • NGO Union Building Kannur •
Central Bus Terminal Complex Thavakkara Kannur

ബിഗ് ലീപ്

ചാന്ദ്രയാത്രയുടെ അൻപതാണ്ടുകൾ

സാബു ജോസ്

ചിന്ത പബ്ലിഷേഴ്സ്
തിരുവനന്തപുരം-695 035

സാബു ജോസ്

അദ്ധ്യാപകൻ, ഗവേഷകൻ, ശാസ്ത്രലേഖകൻ. 15 ശാസ്ത്ര പുസ്തകങ്ങൾ എഴുതിയിട്ടുണ്ട്. 2018 ലെ ജോസഫ് മുണ്ടശ്ശേരി അവാർഡ് ജേതാവാണ്. ചിന്ത പബ്ലിഷേഴ്സ് പ്രസിദ്ധീകരിച്ച *ദൈവത്തിന്റെ മനസ്സ്* എന്ന പുസ്തകത്തിനാണ് അവാർഡ് ലഭിച്ചത്. *ജീവന്റെ സമവാക്യങ്ങൾ, അവസാനത്തിന്റെ ആരംഭം, സൂക്ഷ്മ പ്രപഞ്ചത്തിലെ ചലന നിയമങ്ങൾ, പ്രപഞ്ചം കണ്ണാടിനോക്കുമ്പോൾ* എന്നിവയാണ് ചിന്ത പ്രസിദ്ധീകരിച്ച മറ്റു പുസ്തകങ്ങൾ. മലയാളത്തിലെ ഒട്ടുമിക്ക ആനുകാലികങ്ങളിലും ഇ-മാഗസിനുകളിലും ശാസ്ത്രലേഖനങ്ങൾ എഴുതുന്നുണ്ട്.

വിലാസം : മറ്റത്തിൽ
വേങ്ങേരി മഠം
ചൂലൂർ പി ഒ
കോഴിക്കോട്

ഫോൺ : 9656363145

ഇ–മെയിൽ : sabu9656@gmail.com

ഉള്ളടക്കം

പ്രസാധകക്കുറിപ്പ്

ബഹിരാകാശത്തേക്കുള്ള യാത്ര മനുഷ്യന്റെ സ്വപ്നങ്ങളെയും സങ്കല്പങ്ങളെയും യാഥാർത്ഥ്യമാക്കുകയായിരുന്നു. ബഹിരാകാശയാത്രയുടെ ചരിത്രപഥങ്ങൾ വിശകലനം ചെയ്യുമ്പോൾ സോവിയറ്റ് യൂണിയനാണ് ചരിത്രനേട്ടങ്ങളെ എല്ലാം സ്വന്തമാക്കിയതെന്നു വ്യക്തമാകും. എന്നാൽ അമേരിക്ക ചന്ദ്രനിലേക്ക് ബഹിരാകാശ സഞ്ചാരികളെ അയച്ചുകൊണ്ട് ചരിത്രം തിരുത്തിക്കുറിച്ചു. വർത്തമാനകാലത്ത് ഇന്ത്യയുൾപ്പെടെയുള്ള രാജ്യങ്ങൾ ബഹിരാകാശ രംഗത്ത് സാന്നിദ്ധ്യമുറപ്പിച്ചു കഴിഞ്ഞു.

1969 ൽ നീൽ ആംസ്ട്രോങ് ചന്ദ്രനിൽ കാലുകുത്തിയത്, മാനവരാശിയുടെ കുതിച്ചുചാട്ടമായാണ് ചരിത്രത്തിൽ അടയാളപ്പെടുത്തപ്പെട്ടത്. 2019 ജൂലൈ 21 ന് ചാന്ദ്രയാത്രയ്ക്ക് അൻപതാണ്ടു തികഞ്ഞു. ഈയൊരു ചരിത്ര സന്ദർഭത്തിലാണ് സാബു ജോസ് *ബിഗ് ലീപ് ചാന്ദ്രയാത്രയുടെ അൻപതാണ്ട്* എന്ന ഗ്രന്ഥം തയ്യാറാക്കിയത്.

ചാന്ദ്രയാത്രയുടെ ചരിത്ര വർത്തമാനകാലങ്ങളെ സമഗ്രമായി പ്രതിപാദിക്കുന്ന *ബിഗ് ലീപ്* ഒരു മികച്ച റഫറൻസ് ഗ്രന്ഥം എന്ന നിലയിൽ ഏറെ ശ്രദ്ധേയമാണ്. ശാസ്ത്ര സാങ്കേതിക വിദ്യയുടെ വളർച്ച മുതൽ ഒട്ടനവധി ആളുകളുടെ സ്വപ്നങ്ങളും കണ്ണീരുമെല്ലാം ഉൾച്ചേർന്ന ചാന്ദ്രയാത്രയുടെ ചരിത്രപാഠങ്ങളെ അഭിമാനപൂർവ്വം വായനക്കാർക്കായി സമർപ്പിക്കുന്നു.

ചിന്ത പബ്ലിഷേഴ്സ്

THE OTHER SIDE OF UNIVERSE

Anti matter Dark matter Dark energy Brane worlds Worm holes Supersymmetry Extra dimensions Condensed matter Hyperspace String Theory Quantum gravity Bubble universes M Theory Tachyon Casuality Parallel universes Naked singularity Multiverse and More…

ആമുഖം

ആയിരത്തിത്തൊള്ളായിരത്തി അമ്പത്തിയേഴ് ഒക്ടോബർ 4 ന് സോവിയറ്റ് യൂണിയൻ സ്ഫുട്നിക്ക്–1 എന്ന കൃത്രിമ ഉപഗ്രഹം വിക്ഷേപിച്ചതോടെയാണ് ബഹിരാകാശയുഗം ആരംഭിക്കുന്നത്. മനുഷ്യനിർമ്മിതമായ ഒരു വസ്തു ഭൂമിയുടെ ആകർഷണ പരിധിക്കപ്പുറമെത്തിക്കുക എന്ന സ്വപ്നമാണ് അതിലൂടെ യാഥാർത്ഥ്യമായത്. ബഹിരാകാശത്തെത്തിച്ച ഒരു വസ്തുവിനെ കേടുപാടുകൾ കൂടാതെ തിരിച്ചുകൊണ്ടുവരാനുള്ള ശ്രമമാണ് പിന്നീട് നടന്നത്. ഒരു നായയെ ബഹിരാകാശത്തേക്കയച്ച് തിരിച്ചുകൊണ്ടുവരാൻ നടത്തിയ ആദ്യപരീക്ഷണം പരാജയപ്പെട്ടെങ്കിലും അടുത്തഘട്ടത്തിൽ അത് വിജയം കണ്ടു. 1958 ജനുവരി 31 ന് എക്സ്പ്ലോറർ എന്ന കൃത്രിമ ഉപഗ്രഹത്തിന്റെ വിക്ഷേപണത്തോടെ അമേരിക്കയും ബഹിരാകാശ മത്സരരംഗത്തേക്ക് പറന്നുയർന്നു.

1961 ഏപ്രിൽ 12 ന് വോസ്തോക്ക്–1 എന്ന ബഹിരാകാശവാഹനത്തിൽ യൂറി ഗഗാറിൻ എന്ന ബഹിരാകാശ സഞ്ചാരി ആദ്യമായി ശൂന്യാകാശത്തിലൂടെ ഭൂമിയെ പ്രദക്ഷിണം ചെയ്ത് സുരക്ഷിതമായി തിരിച്ചെത്തി. അമേരിക്കയുടെ ബഹിരാകാശ സഞ്ചാരികളും ഈ നേട്ടം കൈവരിച്ചെങ്കിലും ഈ രംഗത്തുള്ള സോവിയറ്റ് മേല്ക്കോയ്മ ചോദ്യം ചെയ്യപ്പെടാതെ തുടർന്നു. ആദ്യ വനിതാ ബഹിരാകാശ സഞ്ചാരിയായ വാലന്റീന തെരഷ്ക്കോവയും സോവിയറ്റ് യൂണിയൻകാരിയായിരുന്നു. മൂന്നുപേർ ഒരുമിച്ച് ബഹിരാകാശത്ത് എത്തിയത്, ആദ്യത്തെ ബഹിരാകാശനടത്തം, ചന്ദ്രനിലിറങ്ങിയ ആദ്യ ബഹിരാകാശപേടകം, ശുക്രനിലിറങ്ങിയ ആദ്യ ബഹിരാകാശപേടകം തുടങ്ങിയ നേട്ടങ്ങളെല്ലാം സോവിയറ്റ് യൂണിയൻ കൈവരിച്ചു.

ഈ നേട്ടങ്ങളെയെല്ലാം പിന്നിലാക്കാൻ പോന്ന വലിയ ദൗത്യത്തി

ലൂടെയായിരുന്നു അമേരിക്കയുടെ മറുപടി. 1969 ജൂലൈ 21 ന് അമേരിക്ക അയച്ച അപ്പോളോ–11 ദൗത്യത്തിൽ രണ്ട് ബഹിരാകാശ സഞ്ചാരികൾ ചന്ദ്രനിലിറങ്ങുകയും സുരക്ഷിതമായി ഭൂമിയിൽ തിരിച്ചെത്തുകയും ചെയ്തു. വിവിധ അപ്പോളോ ദൗത്യങ്ങളുടെ ഭാഗമായി 12 മനുഷ്യർ ചന്ദ്രനിലിറങ്ങിയിട്ടുണ്ട്. ഇവരെല്ലാവരും അമേരിക്കക്കാരാണ്. പിന്നീട് ചന്ദ്രനിലേക്കും മറ്റു ഗ്രഹങ്ങളിലേക്കും നിരവധി റോബോട്ടിക് ദൗത്യങ്ങൾ നടന്നിട്ടുണ്ട്. ബഹിരാകാശ നിലയം, കൃത്രിമ ഉപഗ്രഹങ്ങൾ എല്ലാം സംഭവിച്ചു. ഇന്ത്യയടക്കം ഏതാനും രാജ്യങ്ങൾ കൂടി ബഹിരാകാശ രംഗത്ത് ശക്തമായ സാന്നിദ്ധ്യം അറിയിച്ചു കഴിഞ്ഞു. ഇന്ന് ഈ മേഖലയിൽ മത്സരത്തേക്കാളേറെ സഹകരണമാണ് നടക്കുന്നത്.

ചന്ദ്രനിലേക്ക് മൂന്ന് രീതിയിൽ യാത്രചെയ്യാൻ കഴിയും. ഭൂമിയിൽ നിന്ന് കുതിച്ചുയർന്ന് ആവശ്യമായ നിഷ്ക്രമണ പ്രവേഗം കരസ്ഥമാക്കി നേരിട്ട് ചന്ദ്രനിലേക്ക് യാത്ര ചെയ്യുന്നതാണ് ഒരു രീതി. ഇതിന് കൂറ്റൻ റോക്കറ്റുകൾ ആവശ്യമാണ്. ചാന്ദ്രവാഹനത്തിന്റെ പിണ്ഡം അധികമാകാനും പാടില്ല. ഭാരം കൂടിയ ബഹിരാകാശ പേടകങ്ങളെ ചന്ദ്രനിലെത്തിക്കുന്നതിന് മറ്റൊരു രീതിയാണ് ഉപയോഗിക്കുന്നത്. ഈ രീതിയിൽ ഒരു റോക്കറ്റ് ഉപയോഗിച്ച് ചാന്ദ്രവാഹനത്തെ ഒരു ഭൗമസമീപ ഭ്രമണപഥത്തിലേക്ക് ലോഞ്ച് ചെയ്യുന്നു. പാർക്കിങ് ഭ്രമണപഥം എന്നാണീ ഭ്രമണപഥം അറിയപ്പെടുന്നത്. ഭൂമിയുടെ ഭ്രമണത്തിൽ നിന്നുള്ള ഊർജ്ജം സ്വീകരിച്ച് ഇന്ധനമുപയോഗിക്കാതെ ഒന്നോ രണ്ടോ പ്രാവശ്യം പാർക്കിങ് ഭ്രമണപഥത്തിലൂടെ ഭൂമിയെ ചുറ്റിയശേഷം ഒരു ബൂസ്റ്റർ റോക്കറ്റ് ജ്വലിപ്പിച്ച് ചന്ദ്രനിലേക്ക് യാത്രയാകുന്നു. ചാന്ദ്രവാഹനത്തെ ഭൂമിക്കു ചുറ്റുമുള്ള ഒരു ദീർഘവൃത്താകാര ഭ്രമണപഥത്തിലേക്കയക്കുകയും പിന്നീട് ബൂസ്റ്റർ റോക്കറ്റ് ജ്വലിപ്പിച്ച് ഈ ദീർഘവൃത്താകാര ഭ്രമണപഥം പല തവണ വലുതാക്കി ചന്ദ്രന്റെ ഗുരുത്വാകർഷണ വലയത്തിലെത്തിച്ച് ചന്ദ്രനെക്കൊണ്ട് പിടിപ്പിച്ചെടുപ്പിക്കുന്നതാണ് മൂന്നാമത്തെ രീതി. ഇന്ത്യയുടെ ചാന്ദ്രയാൻ ദൗത്യം ഈ രീതിയിലാണ് വിക്ഷേപിച്ചത്. രണ്ടാമത്തെ രീതിയുപയോഗിച്ചാണ് മനുഷ്യന്റെ ചാന്ദ്രയാത്രകളെല്ലാം നടത്തിയത്. ലൂണ വിക്ഷേപണങ്ങൾ നടത്തിയത് ഒന്നാമത്തെ രീതിയിലാണ്.

ചാന്ദ്രയാത്രകളുടെ ചരിത്രവും നാൾവഴികളുമാണ് ഈ പുസ്തകത്തിൽ പ്രതിപാദിച്ചിരിക്കുന്നത്. പിന്നെ കുറെയേറെ ചാന്ദ്രവിശേഷങ്ങളും. ചന്ദ്രനെക്കുറിച്ച് ഇതുവരെ കേട്ടിട്ടില്ലാത്ത കൗതുകങ്ങളും ഈ പുസ്തകത്തിൽ വായിക്കാം. പുസ്തകത്തിന്റെ പ്രസാധകർക്ക് എന്റെ നന്ദിയും കടപ്പാടും അറിയിക്കുന്നു.

സാബു ജോസ്

ചാന്ദ്രയാത്രയുടെ അൻപതാണ്ട്

മാനവരാശിയുടെ ആ മഹത്തായ കുതിച്ചുചാട്ടത്തിന്റെ ഓർമ്മയ്ക്ക് അൻപത് തികയുന്നു. 1969 ൽ ആംസ്ട്രോങ് ചന്ദ്രനിൽ കാലുകുത്തിയതിന്റെ അൻപതാം ഓർമ്മദിനമാണ് ജൂലൈ 21 ന് ആഘോഷിക്കുന്നത്. നീൽ ആംസ്ട്രോങ് മുതൽ യൂജിൻ സെർനാൻ വരെ പന്ത്രണ്ട് മനുഷ്യർ സ്വർഗ്ഗലോകത്ത് നടന്നു. സങ്കല്പ സ്വർഗ്ഗത്തിലെ പാലരുവിയെ തങ്ങളുടെ പാദസ്പർശത്താൽ യാഥാർത്ഥ്യത്തിന്റെ കവിതയാക്കി മാറ്റി. സ്വർഗ്ഗത്തെയും ഭൂമിയെയും വേർതിരിക്കുന്ന അതിർത്തിയായി ചിന്തകർ സങ്കല്പിച്ചിരുന്ന ചന്ദ്രബിംബം ശാസ്ത്രാന്വേഷണത്തിന്റെ സാക്ഷ്യപത്രമായി.

ത്രസിപ്പിക്കുന്ന അനുഭവങ്ങളുടെ പരമ്പര തന്നെയുണ്ട് ചാന്ദ്രയാത്രകൾക്ക് പിന്നിൽ. ശാസ്ത്രസാങ്കേതിക വിദ്യയുടെ വളർച്ച മുതൽ രാഷ്ട്രീയ ഇടപെടലുകൾ വരെ. ഉപഗ്രഹങ്ങളുടെയും വിക്ഷേപണവാഹനങ്ങളുടെയും പരീക്ഷണങ്ങളും ജയപരാജയങ്ങളും. കേവലം ഒരു ആവേശത്തിന്റെ ഭാഗമായി നടത്തിയ ഉദ്യമങ്ങളല്ല ചാന്ദ്രയാത്രകൾ. നിരവധി ആളുകളുടെ വിയർപ്പും കണ്ണീരും അതിന് പിന്നിലുണ്ട്. കൂടാതെ ഭൗതികശാസ്ത്രത്തിന്റെ ഉറച്ച പിന്തുണയും. ഇന്ന് തിങ്കൾ മാനത്തെ പാൽക്കിണ്ണമല്ല. ഭാവിയിലെ ഗ്രഹാന്തരയാത്രകൾക്കായി മനുഷ്യർ രൂപപ്പെടുത്തുന്ന ഇടത്താവളമായി ചന്ദ്രൻ മാറിക്കൊണ്ടിരിക്കുകയാണ്. ചാന്ദ്രയാത്രയുടെ ഈ അൻപതാമാണ്ടിൽ ഒരിക്കൽക്കൂടി ചന്ദ്രനെക്കുറിച്ചും ചാന്ദ്രദൗത്യങ്ങളെക്കുറിച്ചും ചിന്തിക്കാം. അതോടൊപ്പം ഭാവിയിൽ മനുഷ്യൻ ചന്ദ്രനെ എങ്ങനെ ഉപയോഗപ്പെടുത്തും എന്നതിനെക്കുറിച്ചും.

ഇരുപത്തിയൊന്നാം നൂറ്റാണ്ട് ഗ്രഹാന്തര യാത്രകളുടെ കാലമാണ്. ഭൂമിക്കു വെളിയിൽ, സൗരകുടുംബത്തിനുമപ്പുറം ഏതുനിമിഷവും

ജീവന്റെ തുടിപ്പുകൾ കണ്ടെത്താൻ കഴിയുമെന്ന അവസ്ഥയാണ് ഇപ്പോഴുള്ളത്. സാങ്കേതികവിദ്യയുടെ വളർച്ച ആസന്നഭാവിയിൽ തന്നെ ഗ്രഹാന്തര യാത്രകൾ യാഥാർത്ഥ്യമാക്കും. ചൊവ്വയും, ടൈറ്റനും, യൂറോപ്പയുമെല്ലാം മനുഷ്യന്റെ ഗ്രഹാന്തര യാത്രകൾക്കുള്ള ഇടത്താവളമാകും. ഈ സ്വപ്നങ്ങൾക്കെല്ലാം നിറം പകർന്നത് മനുഷ്യന്റെ ചാന്ദ്രയാത്രകളാണ്. ഭൂമിക്കു വെളിയിൽ മനുഷ്യന്റെ പാദസ്പർശമേറ്റ ഏക ഗോളം ചന്ദ്രനാണ്. 1969 ജൂലൈ 21 നാണ് മനുഷ്യൻ ആദ്യമായി ചന്ദ്രനിലിറങ്ങുന്നത്. തുടർന്ന് ആറ് ചാന്ദ്രദൗത്യങ്ങളിലായി 12 പേർ ചന്ദ്രനിലിറങ്ങിയിട്ടുണ്ടെങ്കിലും ആദ്യയാത്രയുടെ ചൂടും ചൂരുമൊന്നും മറ്റൊന്നിനുമുണ്ടാകില്ല. പ്രപഞ്ചത്തിൽ ഭൂമിയും ചന്ദ്രനും ഉള്ളിടത്തോളം കാലം, ഭൂമിയിൽ മനുഷ്യവംശം നിലനില്ക്കുന്നിടത്തോളം കാലം മനുഷ്യൻ ആദ്യമായി ചന്ദ്രനിൽ കാലുകുത്തിയ ദിനം ചാന്ദ്രദിനമായി ആഘോഷിക്കപ്പെടും. ചന്ദ്രബിംബം നെഞ്ചിലേറ്റിയ, ചന്ദ്രനിൽ മായാത്ത പാദമുദ്ര പതിപ്പിച്ച ആദ്യ മനുഷ്യൻ നീൽ ആംസ്ട്രോങ് അമരനുമായിരിക്കും.

അപ്പോളോ പദ്ധതിയുടെ ഭാഗമായി ചന്ദ്രനിലേക്ക് പറക്കാനായി തെരഞ്ഞെടുക്കപ്പെട്ട നാല്പത് ബഹിരാകാശ സഞ്ചാരികളിൽ ഭാഗ്യത്തിന്റെ പിന്തുണ കൂടുതലുണ്ടായതുകൊണ്ടാണ് ആംസ്ട്രോങ് ചന്ദ്രനിൽ കാലുകുത്തിയ ആദ്യ മനുഷ്യനായതും ആൽഡ്രിനും കോളിൻസും ആ ചരിത്രദൗത്യത്തിന്റെ ഭാഗമായതും. ചന്ദ്രനിൽ ഇറങ്ങുകയും സുരക്ഷിതമായി ഭൂമിയിൽ തിരിച്ചെത്തുകയും ചെയ്യുക എന്നതിൽ കവിഞ്ഞ് അപ്പോളോ–11 ദൗത്യത്തിന് വലിയ ശാസ്ത്രീയ പ്രാധാന്യമൊന്നും നല്കാൻ കഴിയില്ല. എന്നാൽ തുടർന്നുനടന്ന ദൗത്യങ്ങൾ അങ്ങനെയായിരുന്നില്ല. ചന്ദ്രനിൽ ഏതാനും മണിക്കൂറുകളാണ് ആംസ്ട്രോങ്ങും ആൽഡ്രിനും ചെലവഴിച്ചതെങ്കിൽ അപ്പോളോ–12 ദൗത്യം മനുഷ്യന് അനേകം മണിക്കൂറിൽ ചന്ദ്രനിൽ കഴിയാമെന്നും പല ജോലികൾ ചെയ്യാമെന്നും തെളിയിച്ചു. അപ്പോളോ–13 ദൗത്യം പരാജയമായിരുന്നു. എന്നാൽ സഞ്ചാരികളെ അപകടം കൂടാതെ തിരിച്ചെത്തിക്കാൻ കഴിഞ്ഞു. അപ്പോളോ–14 ദൗത്യം ചന്ദ്രന്റെ ഉത്ഭവ ചരിത്രത്തിലേക്ക് വെളിച്ചം വീശുന്ന പല വസ്തുതകളും കണ്ടെത്തി. കൂടാതെ ചന്ദ്രനിൽനിന്നും 460 കോടി വർഷം പ്രായമുള്ള പാറകൾ ഭൂമിയിലേക്ക് കൊണ്ടുവന്നു. അപ്പോളോ–15 ദൗത്യത്തിലാണ് ആദ്യമായി ലൂണാർ റോവർ എന്ന ചാന്ദ്രജീപ്പ് ചന്ദ്രോപരിതലത്തിൽ ഓടിച്ചത്. 18 മണിക്കൂറാണ് ഈ ദൗത്യത്തിൽ ബഹിരാകാശ സഞ്ചാരികൾ ചന്ദ്രനിൽ ചെലവഴിച്ചത്. ചാന്ദ്ര പർവ്വത നിരകളിലൊന്നായ ദെക്കാർത്തയിൽ സുരക്ഷിതമായി ഇറങ്ങി പരീക്ഷണങ്ങൾ നടത്തിയതാണ് അപ്പോളോ–16 ന്റെ ഏറ്റവും വലിയനേട്ടം. കൂടാതെ ചന്ദ്രഗോളം രൂപീകരിക്കപ്പെട്ട കാലം മുതൽ സൂര്യരശ്മികൾ പതിച്ചിട്ടില്ലാത്ത ചാന്ദ്ര ധൂളി ശേഖരിച്ചു. ലൂണാർ റോവർ മണിക്കൂറിൽ 17 കിലോമീറ്റർ വേഗതയിൽ ചന്ദ്രോപരിതലത്തിലൂടെ ഓടിച്ചു. ചന്ദ്രനിലെ 85 ഡിഗ്രി സെൽഷ്യസ് ചൂടിൽ മൂന്ന് ഭൗമദിനങ്ങൾ ചെലവഴിച്ച ശേഷമാണ് ഈ ദൗത്യസംഘം

ഭൂമിയിലേക്ക് മടങ്ങിയത്.

ചന്ദ്രനിൽ മനുഷ്യനെ ഇറക്കാനുള്ള ദൗത്യങ്ങളിൽ അവസാനത്തേതായിരുന്നു അപ്പോളോ–17. ഈ ദൗത്യത്തോടെ ആറുതവണ മനുഷ്യനെ ചന്ദ്രനിലിറക്കി എന്ന ബഹുമതിയും അമേരിക്ക കരസ്ഥമാക്കി. സാറ്റേൺ–5 റോക്കറ്റുപയോഗിച്ചായിരുന്നു വിക്ഷേപണം. 1972 ഡിസംബർ 7 ന് അന്താരാഷ്ട്ര സമയം 5.33 ന് ചന്ദ്രനിലെ ടോറസ് ലിട്രോവ് എന്ന സ്ഥലത്ത് പേടകം ഇറങ്ങി. മൂന്ന് ഭൗമദിനങ്ങളും മൂന്ന് മണിക്കൂറുമാണ് രണ്ട് യാത്രികർ ചന്ദ്രോപരിതലത്തിൽ ചെലവഴിച്ച് വിവിധ പരീക്ഷണങ്ങൾ നടത്തിയത്. ദൗത്യത്തിന്റെ കമാൻഡർ യൂജിൻ സെർനൻ ആയിരുന്നു. കമാൻഡ് മൊഡ്യൂൾ പൈലറ്റായ റൊണാൾഡ് ഇവാൻസും, ലൂണാർ മൊഡ്യൂൾ പൈലറ്റായ ഹാരിസൺ ഷ്മിത്തുമായിരുന്നു മറ്റുയാത്രികർ, യൂജിൻ സെർനനും, ഹാരിസൺ ഷ്മിത്തും ചന്ദ്രോപരിതലത്തിലിറങ്ങി വിവിധ പരീക്ഷണങ്ങൾ നടത്തിയപ്പോൾ റൊണാൾഡ് ഇവാൻസ് ചന്ദ്രനു ചുറ്റുമുള്ള ഭ്രമണപഥത്തിൽ തന്നെ തുടർന്നു. സെർനനും ഷ്മിത്തും ചന്ദ്രനിൽ താപപ്രവാഹ പരീക്ഷണം നടത്തി. ചാന്ദ്രജീപ്പിൽ യാത്ര ചെയ്തു. തെർമോമീറ്റർ പ്രവർത്തിപ്പിച്ചു. അഗ്നിപർവ്വതങ്ങളെക്കുറിച്ചുള്ള പഠനമായിരുന്നു ലക്ഷ്യം. ചാന്ദ്രപേടകം ഇറങ്ങിയ സ്ഥലത്തെ ധൂളിയിൽ അവരുടെ കാലുകൾ 25 സെന്റിമീറ്ററോളം താഴ്ന്ന് പോയിരുന്നു. അവിടെ കണ്ടെത്തിയ ഇളം ചുമപ്പുനിറത്തിലുള്ള പാറകളിൽ പിന്നീട് ജലസാന്നിദ്ധ്യം സ്ഥിരീകരിച്ചു. പേടകത്തിൽനിന്ന് ആദ്യം ചന്ദ്രോപരിതലത്തിലേക്ക് ഇറങ്ങിയത് യൂജിൻ സെർനൻ ആണ്. ഹാരിസൺ ഷ്മിത്ത് പിന്നീടാണ് ഇറങ്ങിയത്. അങ്ങനെ നോക്കുമ്പോൾ ചന്ദ്രനിൽ ഇറങ്ങിയ അവസാനത്തെ മനുഷ്യൻ ഹാരിസൺ ഷ്മിത്ത് ആണെന്ന് പറയാം. എന്നാൽ പേടകത്തിലേക്ക് ആദ്യം തിരിച്ചുകയറിയതും ഹാരിസൺ ഷ്മിത്ത് തന്നെയായിരുന്നു. ഏതാനും സമയത്തിനുശേഷമാണ് യൂജിൻ സെർനൻ പേടകത്തിലേക്ക് മടങ്ങിയത്. അങ്ങനെ നോക്കുമ്പോൾ ചന്ദ്രോപരിതലത്തിൽ അവസാനമായി നടന്നത് യൂജിൻ സെർനൻ ആണെന്നുപറയാം. 1972 ഡിസംബർ 14 ന് അവർ ഭൂമിയിലേക്കുള്ള മടക്കയാത്ര ആരംഭിച്ചു. ഡിസംബർ 19 ന് സുരക്ഷിതമായി ഭൂമിയിൽ തിരിച്ചെത്തുകയും ചെയ്തു. ചന്ദ്രനിൽ വച്ച് ഏറ്റവും വിജയകരമായ പരീക്ഷണങ്ങൾ നടത്തുകയും കൂടുതൽ സമയം ചെലവഴിക്കുകയും ചെയ്തത് യൂജിൻ സെർനൻ കമാൻഡറായുള്ള ദൗത്യമാണ്. ആദ്യ ചാന്ദ്രയാത്രയുടെ പ്രശസ്തി പിന്നീടുള്ള യാത്രകൾക്ക് കിട്ടാത്തത് സ്വാഭാവികമാണ്. എന്നാൽ ശാസ്ത്രലോകത്ത് ഏറ്റവുമധികം ആദരിക്കപ്പെടുന്നത് അവസാനത്തെ ചാന്ദ്രയാത്രയാണ്.

ഒരേയൊരു ചന്ദ്രിക

ഭൂമിയുടെ ഒരേയൊരു പ്രകൃതിദത്ത ഉപഗ്രഹമാണ് ചന്ദ്രൻ. 3474 കിലോമീറ്റർ വ്യാസമുള്ള ചന്ദ്രൻ ഭൂമിയുടെ വ്യാസത്തിന്റെ നാലിലൊന്നിനേക്കാൾ അല്പം കൂടി വലുതാണ്. സാധാരണയായി ഒരു ഉപഗ്രഹത്തിന് അതിന്റെ മാതൃഗ്രഹവുമായി താരതമ്യം ചെയ്യുമ്പോൾ ഇത്ര വലിപ്പം ഉണ്ടാകാറില്ല. എന്നിരുന്നാലും ഭൂമിയേയും ചന്ദ്രനേയും ഗ്രഹ–ഉപഗ്രഹ വ്യവസ്ഥയായി തന്നെയാണ് കണക്കാക്കുന്നത്. അല്ലാതെ ഇരട്ട ഗ്രഹങ്ങളായല്ല. കാരണം ഈ വ്യവസ്ഥയുടെ പിണ്ഡകേന്ദ്രം ഭൂമിയുടെ ഉള്ളിൽത്തന്നെയാണ് സ്ഥിതിചെയ്യുന്നത്. ബാരിസെന്റർ എന്നറിയപ്പെടുന്ന ഈ ബിന്ദുവിന്റെ സ്ഥാനം ഭൗമോപരിതലത്തിൽനിന്ന് 1700 കിലോമീറ്റർ ആഴത്തിലാണ്. സൗരയൂഥത്തിലെ ഉപഗ്രഹങ്ങളിൽ വലിപ്പംകൊണ്ടും ഭാരംകൊണ്ടും അഞ്ചാം സ്ഥാനമാണ് ചന്ദ്രനുള്ളത്.

സാഹിത്യകാരന്മാർക്കും ചിത്രകാരന്മാർക്കും എന്നും ചന്ദ്രബിംബം ആവേശമാണ്. അയർലന്റിലെ നോത്ത് പ്രദേശത്തുനിന്നും കണ്ടെത്തിയ 5000 വർഷം പഴക്കമുള്ള പാറക്കഷണത്തിൽ കണ്ട ചന്ദ്രന്റെ കൊത്തുപണി പ്രാചീനകാലം മുതൽ തന്നെയുള്ള, ജനങ്ങളുടെ ചന്ദ്രനോടുള്ള ആകർഷകത്വം വ്യക്തമാക്കുന്നുണ്ട്. പല സംസ്കാരങ്ങളിലും ചന്ദ്രൻ ദേവനും ഭഗവാനുമായിരുന്നു. ഗ്രീക്ക് ചിന്തകനായ അനാക്സഗോറസാണ് പാശ്ചാത്യലോകത്ത് ആദ്യമായി ചന്ദ്രൻ വലിയ ഗോളരൂപമുള്ള പാറയാണെന്നു സമർത്ഥിക്കാൻ ശ്രമിച്ചത്. ചന്ദ്രൻ സ്വയം പ്രകാശിക്കുന്നില്ലെന്നും സൂര്യപ്രകാശത്തെ പ്രതിഫലിപ്പിക്കുക മാത്രമേ ചെയ്യുന്നുള്ളൂവെന്നും അദ്ദേഹം അഭിപ്രായപ്പെട്ടു. എന്നാൽ, ഈ പ്രസ്താവന അക്കാലത്ത് ജയിൽവാസത്തിനും നാടുകടത്തലിനും കാരണമാകുന്ന കുറ്റമായിരുന്നു. പിന്നീട് അരിസ്റ്റോട്ടിലിന്റെ പ്രപഞ്ചഘടനയിൽ മാറ്റങ്ങൾ

വരുന്ന ഭൂമി, ജലം, വായു, അഗ്നി എന്നിവയുടെ ഗോളങ്ങളെയും മാറ്റമില്ലാത്ത സ്വർഗ്ഗീയ താരങ്ങളെയും വേർതിരിക്കുന്ന അതിർത്തി ചന്ദ്രനായിരുന്നു.

മദ്ധ്യകാലഘട്ടമായപ്പോഴേക്കും ദൂരദർശിനിയുടെ കണ്ടുപിടിത്തത്തിന് മുമ്പുതന്നെ ചന്ദ്രൻ ഒരു ഗോളവസ്തുവാണെന്ന് കൂടുതൽ ആളുകൾ മനസ്സിലാക്കിത്തുടങ്ങിയിരുന്നു. എന്നിരുന്നാലും അത്യന്തം മിനുസമേറിയ ഒരു ഗോളമാണെന്ന ധാരണയായിരുന്നു അതിലേറെ പേർക്കും ഉണ്ടായിരുന്നത്. 1609 ൽ *സിഡെറസ് നൺസിയസ്* (Sidereus Nuncius) എന്ന പുസ്തകത്തിൽ ചന്ദ്രൻ കുന്നുകളും കുഴികളും നിറഞ്ഞ ഒരു പ്രദേശമാണെന്ന് ഗലീലിയോ പ്രസ്താവിച്ചു. പിന്നീട് 17 ാം നൂറ്റാണ്ടിൽ ജിയോവനി ബാറ്റിസ്റ്റ റിച്ചിയോളിയും ഫ്രാഞ്ചെസ്ക്കോ മരിയാ ഗ്രിബാൾഡിയും ചന്ദ്രന്റെ ഒരു ഭൂപടം തയ്യാറാക്കി. അതിൽ ചന്ദ്രനിലെ ഗർത്തങ്ങൾക്കും പർവ്വതങ്ങൾക്കും ഉപയോഗിച്ച പല പേരുകളും ഇന്നും തുടർന്നുവരുന്നു. ചന്ദ്രന്റെ ഭൂപടത്തിലെ ഇരുണ്ട ഭാഗങ്ങൾക്ക് മരിയ (കടലുകൾ) എന്നും പ്രകാശമാനമായവയെ ടെറ (ഭൂഖണ്ഡങ്ങൾ) എന്നുമായിരുന്നു നാമകരണം ചെയ്തത്. ചന്ദ്രനിൽ സസ്യങ്ങളും ജന്തുക്കളുമുണ്ടാവാം എന്ന വിശ്വാസം പത്തൊമ്പതാം നൂറ്റാണ്ടിന്റെ ആദ്യ ദശകങ്ങളിൽ വരെ ജ്യോതിശാസ്ത്രജ്ഞർക്കുമുണ്ടായിരുന്നു. ചന്ദ്രനിൽ അത്ഭുത ജീവികൾ ഉണ്ടെന്നു വരെ (Great Moon Hoax) ആളുകൾ വിശ്വസിച്ചിരുന്നു. എന്നാൽ ഏതാണ്ട് അക്കാലത്തുതന്നെ (1830 കളിൽ) വിൽഹെം ബിയർ, ജൊഹാൻ മാഡ്‌ലർ എന്നിവർ *മാപാ സെലനോഗ്രാഫിക, ഡെർ മോൺഡ്* എന്നീ ഗ്രന്ഥങ്ങളിൽ ചന്ദ്രനിൽ ജലമോ, കാര്യമായ അന്തരീക്ഷമോ ഇല്ല എന്നു സ്ഥാപിച്ചു.

ഭൂമിക്കും ചന്ദ്രനും പരസ്പരം പലതരം ഭൗതിക സ്വാധീനങ്ങളുണ്ട്. അതിൽ പ്രധാനപ്പെട്ടതാണ് വേലിയേറ്റവും വേലിയിറക്കവും. ഭൂമിയിൽ അനുഭവപ്പെടുന്ന വേലിയേറ്റങ്ങളിൽ ഭൂരിഭാഗവും ചന്ദ്രന്റെ ഗുരുത്വാകർഷണം കൊണ്ടാണ് ഉണ്ടാകുന്നത്. ഇതിന്റെ ഫലമായി ഭൂമിയുടെ ഭ്രമണവേഗത കുറഞ്ഞുകൊണ്ടിരിക്കുന്നുണ്ട്. നൂറ്റാണ്ടിൽ ദിവസത്തിന്റെ ദൈർഘ്യം 0.002 സെക്കന്റ് വർദ്ധിക്കുന്ന വിധത്തിലാണ് ഈ മാറ്റം. ഭൂമിയുടെ ഭ്രമണവേഗത കുറയുമ്പോൾ അതോടനുബന്ധിച്ചുള്ള കോണീയ സംവേഗവും കുറയുന്നു. അതിനാൽ മൊത്തം കോണീയ സംവേഗം സംരക്ഷിക്കപ്പെടണമെങ്കിൽ ചന്ദ്രന്റെ പരിക്രമണം മുതലുള്ള കോണീയ സംവേഗം വർദ്ധിക്കണം. ഇങ്ങനെ സംഭവിക്കണമെങ്കിൽ ഭൂമിയിൽനിന്ന് ചന്ദ്രനിലേക്കുള്ള ദൂരം വർദ്ധിക്കേണ്ടതുണ്ട്. നൂറ്റാണ്ടിൽ 3.8 എന്ന തോതിലാണ് ഈ വർദ്ധനവുണ്ടാകുന്നത്. പണ്ട് ചന്ദ്രൻ സ്വയം ഭ്രമണത്തിനും പരിക്രമണത്തിനും വ്യത്യസ്ത സമയമായിരുന്നു എടുത്തിരുന്നത്. എന്നാൽ ഭൂമിയുടെ ഗുരുത്വാകർഷണ ബലം ചന്ദ്രന്റെ വിവിധ ഭാഗങ്ങളിൽ വ്യത്യസ്തമായതു കാരണം ഈ സമയങ്ങൾ തുല്യമാവുകയാണുണ്ടായത്. അതുകൊണ്ടാണ് ചന്ദ്രന്റെ ഒരുഭാഗം മാത്രം നമുക്ക്

കാണാൻ കഴിയുന്നത്. 'ടൈഡൽ ലോക്കിങ്' എന്നാണ് ഈ പ്രതിഭാസത്തെ വിളിക്കുന്നത്. ഭൂമിയുടെ ഭ്രമണകാലത്തിനും ടൈഡൽ ബലങ്ങൾ മാറ്റം വരുത്തും. അതായത് ഭൗമ–ചാന്ദ്ര വ്യവസ്ഥയുടെ പരിണാമത്തിന്റെ അവസാനം ഭൂമിയിൽനിന്നു നോക്കിയാൽ ചന്ദ്രന്റെ ഒരുവശം മാത്രം കാണാൻ കഴിയുന്നതുപോലെ ചന്ദ്രനിൽനിന്നു നോക്കിയാൽ ഭൂമിയുടെ ഒരുഭാഗം മാത്രം കാണാൻ സാധിക്കുന്നതായിരിക്കും. സൗരയൂഥത്തിലെ കുള്ളൻ ഗ്രഹങ്ങളായ പ്ലൂട്ടോ–ഷാരോൺ വ്യവസ്ഥ ഇതുപോലെ 'ലോക്ക്ഡ്' ആണ്. ഭൗമ–ചാന്ദ്ര വ്യവസ്ഥയിൽ ഇതു സംഭവിക്കുമ്പോൾ ഭൂമിയുടെയും ചന്ദ്രന്റെയും ഭ്രമണസമയങ്ങളും ചന്ദ്രൻ ഭൂമിയെ പരിക്രമണം ചെയ്യാനെടുക്കുന്ന സമയവും തുല്യമാകും. 47 ദിവസമായിരിക്കും ഈ ദൈർഘ്യം. എന്നാൽ കോടിക്കണക്കിന് വർഷങ്ങൾക്കു ശേഷമേ ഇതു സംഭവിക്കുകയുള്ളൂ.

പ്ലാനറ്റ് ഷൈൻ

ദൂരദർശിനിയുടെ കണ്ടുപിടിത്തമാണ് ചാന്ദ്ര പര്യവേഷണ രംഗത്ത് കുതിച്ചുചാട്ടം വരുത്തിയത്. പിന്നീട് ഇരുപതാം നൂറ്റാണ്ടിന്റെ മദ്ധ്യത്തോടെ റോക്കറ്റ് സാങ്കേതികവിദ്യ വികസിപ്പിച്ചപ്പോൾ ചാന്ദ്രയാത്ര എന്ന സ്വപ്നവും യാഥാർത്ഥ്യമായി. ശീതസമരകാലത്ത് അമേരിക്കയിലും സോവിയറ്റ് യൂണിയനിലും ഉണ്ടായ ബഹിരാകാശ യാത്രാമാത്സര്യം ചന്ദ്രനേക്കുറിച്ചുള്ള വിശദമായ പഠനത്തിന് ആക്കംകൂട്ടി. 1959 ൽ സോവിയറ്റ് യൂണിയൻ വിക്ഷേപിച്ച ആളില്ലാ ബഹിരാകാശ വാഹനമായ ലൂണ-2 ചന്ദ്രോപരിതലത്തിൽ ഇടിച്ചിറങ്ങിയതോടെ മനുഷ്യന്റെ ചാന്ദ്രയാത്രാസ്വപ്നങ്ങൾക്കും ചിറകുമുളച്ചു. ചാന്ദ്രപര്യവേഷണത്തിന്റെ ആദ്യഘട്ടങ്ങളിൽ സോവിയറ്റ് യൂണിയന്റെ ആധിപത്യമായിരുന്നു ഉണ്ടായിരുന്നത്. എന്നാൽ പിന്നീടങ്ങോട്ട് അമേരിക്കയുടെ അപ്രമാദിത്തമാണ് കാണാൻ കഴിഞ്ഞത്. നീൽ ആംസ്ട്രോങ് മുതൽ യൂജിൻ സെർനാൻ വരെ ചന്ദ്രനിലിറങ്ങിയ 12 പേരും അമേരിക്കക്കാരാണ്. 1969 ജൂലൈ 21 ന് (അമേരിക്കയിൽ ജൂലൈ 20 നാണ് ചാന്ദ്രദിനം) ആദ്യമായി മനുഷ്യന്റെ പാദസ്പർശം ഭൂമിക്കപ്പുറമുള്ള ഒരു ഗോളത്തിൽ പതിഞ്ഞു. നീൽ ആംസ്ട്രോങ്ങിന്റെ വാക്കുകൾ കടമെടുത്താൽ 'ഒരു മനുഷ്യനെ സംബന്ധിച്ചിടത്തോളം വളരെ ചെറിയ ഒരു ചുവടുവയ്പ്, പക്ഷേ, മാനവരാശിക്ക് വലിയൊരു കുതിച്ചുചാട്ടവുമാണ്' ഈ മഹാസംഭവം. 1976 ലെ ലൂണ-24 വിക്ഷേപണത്തിനു ശേഷം സോവിയറ്റ് യൂണിയൻ ചാന്ദ്ര പര്യവേഷണങ്ങൾ അവസാനിപ്പിച്ചു. തുടർന്ന് ശുക്രനിലേക്കുള്ള പര്യവേഷണം ആരംഭിച്ചു. അമേരിക്കയുടെ നോട്ടം ചൊവ്വയിലേക്കായിരുന്നു. 2004 ജനുവരി 14 ന് അമേരിക്കൻ പ്രസിഡന്റായിരുന്ന ജോർജ്ജ് ബുഷ് 2020 ഓടെ അമേരിക്ക വീണ്ടും മനുഷ്യനെ ചന്ദ്രനിലിറക്കുമെന്നു പ്രഖ്യാപിച്ചു. ചൈന

യുടെ ചാങ്-ഇ, ജപ്പാന്റെ സെലിൻ, ഇന്ത്യയുടെ ചാന്ദ്രയാൻ എന്നിവയെല്ലാം ചാന്ദ്രപര്യവേഷണ ദൗത്യങ്ങളാണ്. യൂറോപ്യൻ യൂണിയനും ചാന്ദ്ര പര്യവേഷണം ഗൗരവമായിത്തന്നെയാണ് കാണുന്നത്. 2020 ൽ തന്നെ ഈ രാഷ്ട്രങ്ങളെല്ലാം മനുഷ്യനെ വീണ്ടും ചന്ദ്രനിലെത്തിക്കുമെന്നാണ് പറയുന്നത്.

ക്രസ്റ്റ്, മാന്റിൽ, കോർ എന്നിങ്ങനെ മൂന്ന് ഭാഗങ്ങളാണ് ചന്ദ്രന്റെ ആന്തരഘടനയിലുള്ളത്. ചന്ദ്രന്റെ ഉല്പത്തിക്ക് കുറച്ചുകാലത്തിനുശേഷം മാഗ്മ സമുദ്രത്തിന്റെ ക്രിസ്റ്റലീകരണം വഴിയാണ് ഈ ഘടനയുണ്ടായതെന്ന് അനുമാനിക്കപ്പെടുന്നു. ഏകദേശം 440 കോടി വർഷങ്ങൾക്കു മുമ്പായിരുന്നു ഇത്. ചന്ദ്രന്റെ ബാഹ്യഭാഗങ്ങളെ ഉരുക്കി മാഗ്മ നിർമ്മിക്കാനുള്ള ഊർജ്ജം ലഭ്യമായത് ഭൂമിയുമായി ഉണ്ടായ കൂട്ടിയിടിയിൽ നിന്നാണ്. സിലിക്കേറ്റ് ധാതുക്കളാൽ സമ്പന്നമായ മാന്റിലും പ്ലാജിയോക്ലെയ്സ് വിഭാഗത്തിലെ ധാതുക്കൾ നിറഞ്ഞക്രസ്റ്റും ഇങ്ങനെയുണ്ടായതാണ്. അനോൾത്തസൈറ്റ് ധാതു നിറഞ്ഞതാണ് ക്രസ്റ്റ് എന്ന കണ്ടെത്തൽ മാഗ്മ സമുദ്ര പരികല്പനയ്ക്ക് ഉപോൽബലകമാണ്. ഓക്സിജൻ, സിലിക്കൺ, മഗ്നീഷ്യം, ഇരുമ്പ്, കാത്സ്യം, അലുമിനിയം എന്നിവയാണ് ക്രസ്റ്റിലെ പ്രധാനമൂലകങ്ങൾ. ക്രസ്റ്റിന്റെ ആഴം ഏകദേശം 50 കിലോമീറ്ററാണ്.

മാന്റിലിനുള്ളിൽ ഭാഗികമായി ഉരുകിയ ബസാൾട്ട് അഗ്നിപർവ്വത സ്ഫോടനങ്ങളിലൂടെ ചന്ദ്രോപരിതലത്തിൽ എത്തിയിട്ടുണ്ട്. ഒലിവിൻ, ഓർത്തോപൈറോക്സിൻ, ക്ലീനോപൈറോക്സിൻ എന്നീ ധാതുക്കൾ കൂടുതലായി അടങ്ങിയതും ഭൂമിയുടെ മാന്റിലിനേക്കാൾ ഇരുമ്പിന്റെ അംശം കൂടുതലുള്ളതുമാണ് ചന്ദ്രന്റെ മാന്റിൽ എന്നാണ് ബസാൾട്ട് പഠനത്തിൽനിന്ന് മനസ്സിലാവുന്നത്. ഇൽമനൈറ്റ് രൂപത്തിൽ ഉയർന്ന അളവിൽ ടൈറ്റാനിയമുള്ള ബസാൾട്ട് പാറകളും ചന്ദ്രോപരിതലത്തിൽ കണ്ടെത്തിയിട്ടുള്ളതിൽനിന്ന് ഏകജാതീയമല്ല മാന്റിൽ എന്നും ഊഹിക്കുന്നു. ഉപരിതലത്തിന് ആയിരം കിലോമീറ്ററോളം താഴെ മാന്റിലിൽ ചാന്ദ്രകമ്പനങ്ങൾ ഉണ്ടാകുന്നതായി കണ്ടെത്തിയിട്ടുണ്ട്. ഇടവിട്ടിടവിട്ടുണ്ടാകുന്ന ചാന്ദ്രകമ്പനങ്ങൾക്കു കാരണം ഭൂമിയുടെ ടൈഡൽ ബലങ്ങളാണ്.

വ്യാഴത്തിന്റെ ഉപഗ്രഹമായ 'അയോ' കഴിഞ്ഞാൽ സൗരയൂഥത്തിൽ ഏറ്റവും സാന്ദ്രതയുള്ള ഉപഗ്രഹം ചന്ദ്രനാണ്. എങ്കിലും ചന്ദ്രന്റെ കോർ വളരെ ചെറുതാണ്. 700 കിലോമീറ്ററിൽ കുറഞ്ഞ വ്യാസമേ ചന്ദ്രന്റെ കോറിനുള്ളൂവെന്നതിന് തെളിവുകളുണ്ട്. ചന്ദ്രന്റെ 20 ശതമാനം മാത്രമേ ഇതുവരൂ. എന്നാൽ മറ്റു ഗോളങ്ങളുടെ കാര്യത്തിൽ ഇത് 50 ശതമാനത്തോളമാണ്. കൃത്യമായി മനസ്സിലാക്കാൻ കഴിഞ്ഞിട്ടില്ല എങ്കിലും സൾഫർ, നിക്കൽ എന്നിവയുടെ അംശങ്ങളുള്ള ഇരുമ്പുകൊണ്ടാണ് കോർ നിർമ്മിച്ചിരിക്കുന്നത് എന്നാണ് അനുമാനിക്കുന്നത്. ചന്ദ്രന്റെ സ്ഥിരമല്ലാത്ത പരിക്രമണ സമയത്തിൽനിന്ന് കോർ ഭാഗികമായെങ്കിലും ദ്രവാവസ്ഥയിലാണെന്നു മനസ്സിലാക്കാം.

പരിക്രമണം ചെയ്യുന്ന ബഹിരാകാശ യാനങ്ങളിൽനിന്നുള്ള റേഡിയോ തരംഗങ്ങളുടെ ട്രാക്കിങ് വഴി ചന്ദ്രന്റെ ഗുരുത്വമണ്ഡലം അളക്കാൻ സാധിച്ചിട്ടുണ്ട്. ഡോപ്ലർ പ്രഭാവമുപയോഗിച്ചാണ് ഈ പഠനം നടത്തുന്നത്. റേഡിയോ തരംഗത്തിന്റെ ആവൃത്തിയിൽ വരുന്ന ചെറിയ മാറ്റങ്ങളിൽനിന്നും ഭൂമിയിലെ ഒരു സ്റ്റേഷനിലേക്കുള്ള ബഹിരാകാശവാഹനത്തിന്റെ ദൂരത്തിൽനിന്നും ബഹിരാകാശവാഹനത്തിന്റെ ത്വരണം എത്രയുണ്ടെന്ന് കണക്കുകൂട്ടുന്നു. ചന്ദ്രന്റെ ഒരു വശം മാത്രമേ ഭൂമിയിൽനിന്ന് കാണാൻകഴിയൂ എന്നതിനാൽ ദൂരപക്ഷവശത്തെ ഗുരുത്വാകർഷണ മണ്ഡലത്തെക്കുറിച്ച് അത്ര വ്യക്തമായ ധാരണകളൊന്നുമില്ല.

ചന്ദ്രന്റെ ഗുരുത്വാകർഷണ മണ്ഡലത്തിന്റെ പ്രധാന സവിശേഷത വലിയ ഗർത്തങ്ങളോടനുബന്ധിച്ച് ഗുരുത്വാകർഷണ മണ്ഡലത്തിലുണ്ടാകുന്ന വർദ്ധനവാണ്. ഈ വർദ്ധനകൾ മാസ്കോണുകൾ എന്നാണറിയപ്പെടുന്നത്. ബഹിരാകാശ വാഹനത്തിന്റെ ചന്ദ്രനു ചുറ്റുമുള്ള പരിക്രമണത്തിൽ ഇവ വലിയ സ്വാധീനം ചെലുത്തുന്നു. അതിനാൽ മനുഷ്യനെ വഹിക്കുന്നതും അല്ലാത്തതുമായ ബഹിരാകാശ വാഹനങ്ങൾ വിക്ഷേപിക്കുമ്പോൾ ഗുരുത്വാകർഷണ മണ്ഡലത്തിലെ മാറ്റങ്ങളെക്കുറിച്ച് വ്യക്തമായ ധാരണയുണ്ടായിരിക്കണം. സാന്ദ്രതയേറിയ ബസാൾട്ട് അടങ്ങിയ ലാവ, ഗർത്തങ്ങളിൽ ഘനീഭവിച്ചതാണ് മാസ്കോണുകൾക്ക് കാരണമെന്ന് കരുതപ്പെടുന്നു. എന്നാൽ ക്രസ്റ്റ് – മാന്റിൽ പ്രതലത്തിന്റെ ഉയർച്ച പരിഗണിക്കാതെ ലാവ മാത്രം ഉപയോഗിച്ച് ഗുരുത്വാകർഷണ മണ്ഡലത്തിലെ വ്യത്യാസങ്ങൾ പൂർണ്ണമായി വിശദീകരിക്കാൻ കഴിയില്ല. കാരണം ബസാൾട്ട് സാന്നിദ്ധ്യമില്ലാത്ത മാസ്കോണുകളുമുണ്ടെന്ന് കണ്ടെത്തിയിട്ടുണ്ട്.

ഭൂമിയെ അപേക്ഷിച്ച് ചന്ദ്രന്റെ കാന്തിക ക്ഷേത്രം വളരെ ദുർബ്ബലമാണ്. ഒന്നു മുതൽ നൂറുവരെ നാനോ ടെസ്ലയാണ് ചന്ദ്രന്റെ കാന്തിക ക്ഷേത്രത്തിന്റെ ശക്തി. ഇത് ഭൂമിയുടെ കാന്തികക്ഷേത്രത്തിന്റെ നൂറിലൊരു ഭാഗത്തിലും കുറവാണ്. മറ്റൊരു പ്രധാനവ്യത്യാസം ചന്ദ്രന് കോറിലെ ജിയോഡൈനമോ മൂലമുണ്ടാകുന്ന രീതിയിലുള്ള ഇരട്ടധ്രുവ കാന്തിക ക്ഷേത്രമില്ല എന്നതാണ്. ചന്ദ്രന്റെ കാന്തികക്ഷേത്രം ഏകദേശം പൂർണ്ണമായും ക്രസ്റ്റിലാണ് ഉത്ഭവിക്കുന്നത്. ആദ്യകാലത്ത് ജിയോഡൈനമോ പ്രവർത്തനക്ഷമമായിരുന്നപ്പോൾ അതിൽനിന്നും ക്രസ്റ്റ് കാന്തികത നേടിയതാണെന്നാണ് ഒരു സിദ്ധാന്തം. എന്നാൽ കോറിന്റെ വലിപ്പക്കുറവ് ഈ പരികല്പനയ്ക്ക് വിലങ്ങുതടിയാണ്. ചന്ദ്രനിൽ അന്തരീക്ഷമില്ലാത്തതുകൊണ്ട് ഭീമൻ ഉല്ക്കാപതനങ്ങളുടെ ഫലമായി കാന്തികക്ഷേത്രം സൃഷ്ടിക്കപ്പെട്ടതാണ് എന്നതാണ് മറ്റൊരുവാദം. ഗർത്തങ്ങളുടെ ആന്റിപോഡുകളിലാണ് ക്രസ്റ്റിൽ കാന്തികത കൂടുതൽ എന്നത് ഈ പരികല്പനയ്ക്ക് തെളിവായി ഉയർത്തിക്കാണിക്കുന്നു. ഉല്ക്കകളുടെയും മറ്റും കൂട്ടിയിടിയിൽ പുറന്തള്ളപ്പെടുന്ന പ്ലാസ്മയാണ് ഈ പ്രതിഭാസത്തിന് കാരണം എന്ന് ഈ സിദ്ധാന്തം വിശദീകരിക്കുന്നു.

ചന്ദ്രനിൽ അന്തരീക്ഷം നാമമാത്രമാണ്. അന്തരീക്ഷവാതകങ്ങൾ ആകെ 10 ടണ്ണിൽ താഴെമാത്രമേ വരൂ. ചന്ദ്രന്റെ അന്തരീക്ഷത്തിലെ പ്രധാന ഭാഗവും ക്രസ്റ്റിലും മാന്റിലിലും നടക്കുന്ന റേഡിയോ ആക്ടീവ് പ്രക്രിയകളിൽനിന്നും പുറന്തള്ളപ്പെടുന്ന ഹീലിയം, റഡോൺ തുടങ്ങിയ വാതകങ്ങളാണ്. ചെറിയ ഉല്ക്കകൾ, സൗരവാതത്തിലെ അയോണുകൾ, സൂര്യപ്രകാശം എന്നിവ ചന്ദ്രോപരിതലത്തിൽ പതിക്കുന്നതുമൂലമുണ്ടാകുന്നതാണ് മറ്റൊരു ഭാഗം. സ്പട്ടറിങ് എന്നാണീ പ്രക്രിയ അറിയപ്പെടുന്നത്. സ്പട്ടറിങ് മൂലമുണ്ടാകുന്ന വാതകങ്ങൾ ഗുരുത്വാകർഷണം മൂലം റിഗോലിത്തിലേക്ക് തിരിച്ചുപോവുകയോ സൂര്യനിൽനിന്നുള്ള റേഡിയേഷൻ മർദ്ദമോ, സൗരവാതങ്ങളിലെ കാന്തികമണ്ഡലമോ കാരണം ബഹിരാകാശത്തേക്ക് നീക്കം ചെയ്യപ്പെടുകയോ സംഭവിക്കാം. ചന്ദ്രന്റെ അന്തരീക്ഷത്തിലെ സോഡിയം, പൊട്ടാസ്യം എന്നിവയുടെ സാന്നിദ്ധ്യം ഭൂമിയിൽനിന്നും വർണ്ണരാജി വിശകലനം വഴിയും, റഡോൺ –222, പൊളോണിയം – 210 എന്നിവയുടെ സാന്നിദ്ധ്യം ആൽഫാ പാർട്ടിക്കിൾ സ്പെക്ട്രോ മീറ്റർ ഉപയോഗിച്ചും കണ്ടെത്തിയിട്ടുണ്ട്. ആർഗ്ഗൺ – 40, ഹീലിയം – 4, ഓക്സിജൻ, മീഥേൻ, കാർബൺ മോണോക്സൈഡ്, നൈട്രജൻ, കാർബൺ ഡയോക്സൈഡ് എന്നിവയുടെ സാന്നിദ്ധ്യം കണ്ടെത്തിയത് ചന്ദ്രനിൽ വച്ച് പരീക്ഷണം നടത്തിയ അപ്പോളോ യാത്രികരാണ്.

സൂര്യൻ, ചന്ദ്രൻ, ഭൂമി എന്നിവ നേർരേഖയിൽ വരുമ്പോഴാണ് ഗ്രഹണം എന്ന പ്രതിഭാസം സംഭവിക്കുന്നത്. ചന്ദ്രഗ്രഹണം പൗർണ്ണമി ദിനത്തിലും സൂര്യഗ്രഹണം അമാവാസി ദിനത്തിലും മാത്രമേ സംഭവിക്കുകയുള്ളൂ. സൂര്യനും ചന്ദ്രനുമിടയിൽ ഭൂമി വരുമ്പോൾ ഭൂമിയുടെ നിഴൽ ചന്ദ്രനിൽ പതിക്കുന്നതാണ് ചന്ദ്രഗ്രഹണം. ചന്ദ്രൻ, ഭൂമിയുടെയും സൂര്യന്റെയും ഇടയിൽ വരുമ്പോൾ ചന്ദ്രന്റെ നിഴൽ ഭൂമിയിൽ പതിക്കുന്നതാണ് സൂര്യഗ്രഹണം. രണ്ടു ഗ്രഹണങ്ങളിലും പൂർണ്ണഗ്രഹണവും ഭാഗിക ഗ്രഹണവും നടക്കാറുണ്ട്. ചന്ദ്രന്റെ പ്രദക്ഷിണപഥം ക്രാന്തിവൃത്തത്തിന് അഞ്ച് ഡിഗ്രി ചരിവോടുകൂടിയതിനാൽ എല്ലാ പൗർണ്ണമിയിലും അമാവാസിയിലും ഗ്രഹണങ്ങൾ നടക്കുന്നില്ല. രണ്ടുഭ്രമണപഥങ്ങളും കൂടിച്ചേരുന്ന രണ്ടു ബിന്ദുക്കളിൽ ഒന്നിനടുത്ത് ചന്ദ്രൻ എത്തുമ്പോൾ മാത്രമേ ഗ്രഹണം നടക്കുകയുള്ളൂ. ഗ്രഹണങ്ങളുടെ ആവർത്തനം സാരോസ്ചക്രമുപയോഗിച്ച് വിശദീകരിക്കാം. 18 വർഷവും 11 ദിവസവും 8 മണിക്കൂറും ദൈർഘ്യമുള്ള കാലയളവാണ് സാരോസ് ചക്രം. സൂര്യചന്ദ്രന്മാരുടെ കോണീയ വ്യാസങ്ങൾ ഏകദേശം തുല്യമായതിനാലാണ് സൂര്യഗ്രഹണസമയത്ത് സൂര്യൻ പൂർണ്ണമായി മറയ്ക്കപ്പെടുന്ന തരം ഗ്രഹണങ്ങളുണ്ടാകുന്നത്. ഭൗമ–ചാന്ദ്രവ്യവസ്ഥയുടെ പരിണാമത്തിന്റെ ഫലമായി ചന്ദ്രൻ ഭൂമിയിൽ നിന്ന് അകന്നുപോകുന്നതോടെ ഇതിന് മാറ്റം വരും. അതിനുശേഷം പൂർണ്ണ സൂര്യഗ്രഹണമുണ്ടാകില്ല. ഭാഗിക ഗ്രഹണങ്ങളും, വലയഗ്രഹണങ്ങളും മാത്രമേ ഉണ്ടാവുകയുള്ളൂ.

പൗർണ്ണമി സമയത്ത് ചന്ദ്രന്റെ ദൃശ്യകാന്തികമാനം–12.6 ആണ്. എന്നാൽ ചന്ദ്രബിംബത്തിന്റെ പകുതി കാണാൻ കഴിയുന്ന അവസ്ഥയിൽ പ്രകാശതീവ്രത പൂർണ്ണചന്ദ്രന്റെ പകുതിയല്ല, ഏകദേശം പത്തിലൊന്നോളമേ വരൂ. ചന്ദ്രന്റെ പരുക്കൻ പ്രതലങ്ങളിൽനിന്ന് കൂടുതൽ പ്രകാശം പ്രതിഫലിക്കുക പ്രകാശ സ്രോതസ്സിന്റെ ദിശയിലാണ്. പൗർണ്ണമി സമയത്ത് പ്രകാശ സ്രോതസ്സായ സൂര്യന്റെ ദിശയിലാണ് ഭൂമി എന്നതിനാൽ ഭൂമിയിലെ നിരീക്ഷകന് ചന്ദ്രബിംബം വളരെയേറെ പ്രകാശിതമായി അനുഭവപ്പെടുന്നു. എന്നാൽ മറ്റുസമയങ്ങളിൽ ചന്ദ്രനിലെ ഉയർച്ചതാഴ്ചകൾ ചന്ദ്രോപരിതലത്തിൽ നിഴലുകൾ തീർക്കുന്നതിനാൽ മങ്ങിയതായും കാണുന്നു.

ചക്രവാളത്തിനടുത്തായിരിക്കുമ്പോൾ ചന്ദ്രബിംബം കൂടുതൽ വലുതായി അനുഭവപ്പെടുന്നു. ഇത് യഥാർത്ഥത്തിൽ ഒരു മായികാനുഭവമാണ്. ചക്രവാളത്തിനടുത്തായിരിക്കുമ്പോൾ നിരീക്ഷകനിൽനിന്ന് ചന്ദ്രനിലേക്കുള്ള ദൂരം കൂടുതലായിരിക്കും എന്നതിനാൽ ചന്ദ്രന്റെ കോണീയ വ്യാസം 1.5 ശതമാനത്തോളം കുറയുകയാണുണ്ടാകുന്നത്. അപവർത്തനം മൂലം ഈ വലിപ്പം അല്പം വർദ്ധിക്കുന്നു. എന്നാൽ നമ്മുടെ മസ്തിഷ്കം ദൃശ്യങ്ങളെ മനസ്സിലാക്കുന്ന രീതിമൂലമാണ് ചന്ദ്രൻ വളരെ വലുതായി അനുഭവപ്പെടുന്നത്.

വളരെ പ്രകാശമുള്ള വസ്തുവായി അനുഭവപ്പെടുന്നുവെങ്കിലും ചന്ദ്രൻ പ്രതിഫലിപ്പിക്കുന്ന പ്രകാശത്തിന്റെ ശതമാനം വളരെ കുറവാണ്. വളരെ കുറവെന്നുപറഞ്ഞാൽ വെറും ഏഴ് ശതമാനം മാത്രം. കൽക്കരിയുടെ പ്രതിഫലനശേഷിക്ക് തുല്യമാണിത്. എന്നാൽ ചന്ദ്രൻ ഒരു പൂർണ്ണ പ്രതിഫലകമല്ലാത്തതുകൊണ്ട് അത് സൂര്യന്റെ ദിശയിൽ 12 ശതമാനം പ്രകാശം പ്രതിഫലിപ്പിക്കുന്നുണ്ട്. പൗർണ്ണമിയിൽ ചന്ദ്രന്റെ വശങ്ങൾ കേന്ദ്രഭാഗത്തെപ്പോലെ പ്രകാശിതമാകുന്നതിനും ഇത് കാരണമാകുന്നുണ്ട്. ഇതിനു പുറമെ കറുത്ത ആകാശവും ചന്ദ്രൻ വളരെയേറെ പ്രകാശമുള്ള വസ്തുവാണെന്ന പ്രതീതിയുണ്ടാക്കുന്നുണ്ട്. സൂര്യപ്രകാശം പ്രതിഫലിപ്പിക്കുന്ന ഭാഗമാണ് ഏറ്റവും പ്രകാശിതമായി കാണുന്നതെങ്കിലും മറ്റുഭാഗങ്ങളും മങ്ങിയവെളിച്ചത്തിൽ ചിലപ്പോൾ ദൃശ്യമാകാറുണ്ട്. ഭൂമിയിൽനിന്ന് പ്രതിഫലിക്കുന്ന സൂര്യപ്രകാശം ചന്ദ്രനിൽനിന്ന് വീണ്ടും പ്രതിഫലിച്ച് ഭൂമിയിലെത്തുന്നതുകൊണ്ടാണിത് സംഭവിക്കുന്നത്. 'പ്ലാനറ്റ് ഷൈൻ' എന്നറിയപ്പെടുന്ന ഈ പ്രതിഭാസം അമാവാസിയോടടുത്ത ദിവസങ്ങളിലാണ് കൂടുതലായി അനുഭവപ്പെടുന്നത്.

എങ്കിലും ചന്ദ്രികേ

വടക്കേ അമേരിക്കയിലെ പ്രാചീന സംസ്കാരമായ ഹോപി മിത്തോളജിയിലും മായൻ സംസ്കാരത്തിലും തെക്കേ അമേരിക്കയിലെ ടുപി സംസ്കാരത്തിലും അറേബ്യൻ മിത്തോളജിയിലും യൂറോപ്പിലെ നോർസ് മിത്തോളജിയിലും ഗ്രീക്ക്-റോമൻ സംസ്കാരത്തിലും ഹിന്ദു മിത്തോളജിയിലും ചൈനീസ് സംസ്കാരത്തിലും ആഫ്രിക്കയിലെ പോക്കോട്ട് സംസ്കാരത്തിലും ഈജിപ്ഷ്യൻ മിത്തോളജിയിലും പോളിനേഷ്യൻ സംസ്കാരത്തിലും വൈവിദ്ധ്യങ്ങൾ ഏറെയുണ്ടെങ്കിലും ഒരു കാര്യത്തിൽ ഈ സംസ്കാരങ്ങളെല്ലാം യോജിക്കുന്നുണ്ട്. ഈ സംസ്കാരങ്ങളിലെല്ലാം ചന്ദ്രൻ ദേവനോ ദേവതയോ ആണ്. ഇവയിൽ മാത്രമല്ല നൂറിൽപ്പരം പുരാതന സംസ്കാരങ്ങളിൽ ചന്ദ്രന് ദൈവിക പരിവേഷമാണുള്ളത്. സൂര്യൻ ദേവനാണെങ്കിൽ ചന്ദ്രൻ ദേവതയായിരിക്കും, തിരിച്ചും.

സൂര്യൻ കഴിഞ്ഞാൽ മനുഷ്യനെ ഇത്രയധികം സ്വാധീനിക്കുകയും ആകർഷിക്കുകയും ചെയ്ത മറ്റൊരു ആകാശ വസ്തുവുണ്ടാകില്ല. ശാസ്ത്രജ്ഞർക്കുമാത്രമല്ല, സാഹിത്യകാരൻമാർക്കും, കവികൾക്കും, ചിന്തകർക്കും, സാധാരണക്കാർക്കുപോലും ചന്ദ്രൻ കൗതുകക്കാഴ്ചയാണ്. നിലാവിൽ കുളിച്ചു നില്ക്കുന്ന രാത്രികളെക്കുറിച്ച് പാടാത്ത കവികളുണ്ടാകില്ല. പൗർണ്ണമിയും അമാവാസിയും നിലാവും നിഴലും വേലിയേറ്റവും വേലിയിറക്കവും സൂര്യഗ്രഹണവും ചന്ദ്രഗ്രഹണവും ചന്ദ്രൻ പ്രകൃതിയിൽ നിർമ്മിക്കുന്ന അടയാളങ്ങളാണ്. സാമൂഹിക ബന്ധങ്ങളിലും സാമുദായിക സ്ഥാപനങ്ങളിലും വരെ ചന്ദ്രന് പ്രമുഖസ്ഥാനം കൊടുക്കുന്നുണ്ട്. പല രാജ്യങ്ങളുടെയും പതാകകളിലും മത ചിഹ്നങ്ങളിലും ചന്ദ്രന് സ്ഥാനമുണ്ട്. ചാന്ദ്ര പ്രതിഭാസങ്ങളെക്കുറിച്ചു പറയുമ്പോൾ സൂപ്പർ മൂൺ, ബ്ലൂ മൂൺ, റെഡ് മൂൺ തുടങ്ങിയ പ്രയോഗങ്ങൾ നടത്താ

റുമുണ്ട്. മൺസൂണും, മാസവും ചന്ദ്രനുമായി ബന്ധപ്പെടുത്തിയാണ് പറയുന്നത്. എന്തിന് നിലാവത്ത് നടന്നാൽ ഭ്രാന്തുണ്ടാകുമെന്ന് കരുതുന്നവർ പോലുമുണ്ട്. ഒരു തരം മാനസിക വിഭ്രാന്തിക്ക് ചന്ദ്രന്റെ പേര് ചേർത്ത് പറയുന്നുമുണ്ട്.

സൂര്യനേക്കാൾ പ്രമുഖ സ്ഥാനം ചന്ദ്രന് ലഭിച്ചിരുന്ന കാലഘട്ടവുമുണ്ടായിരുന്നു. ചൂടില്ലാത്ത ധവള പ്രകാശം, അതും ഏറ്റവും ആവശ്യമായ രാത്രിയിൽ ചൊരിയുന്ന ചന്ദ്രന് തന്നെയായിരിക്കണമല്ലോ വെളിച്ചം ആവശ്യമില്ലാത്ത പകൽസമയത്ത് ചൂടുള്ള വെളിച്ചം നല്കുന്ന സൂര്യനേക്കാൾ പ്രാധാന്യം നല്കേണ്ടത്. സൂര്യനെപ്പോലെ തന്നെ ചന്ദ്രനും വലിയൊരു പാറയാണെന്ന് സമർത്ഥിക്കാൻ ശ്രമിച്ചവരിൽ പ്രമുഖൻ ഗ്രീക്കുകാരനായ അനാക്സഗോറസ് ആയിരുന്നു. എന്നാൽ അദ്ദേഹത്തിന്റെ വാദത്തിന് കാര്യമായ പിന്തുണ ലഭിച്ചില്ല. സൂര്യൻ സ്വയം ജ്വലിക്കുന്ന ഒരു വാതകഗോളമാണെന്നും സൂര്യപ്രകാശമാണ് ചന്ദ്രന്റെ ശോഭയ്ക്ക് കാരണമെന്നും അറിയുന്നതുകൊണ്ടല്ല അദ്ദേഹം എതിർക്കപ്പെട്ടത്. മറിച്ച് ഇവയ്ക്കുണ്ടായിരുന്ന ദേവതാ പരിവേഷം ചോദ്യം ചെയ്തതുകൊണ്ടാണ്. അരിസ്റ്റോട്ടിലിന്റെ നവീകരിച്ച പ്രപഞ്ചമാതൃകയിലും ചന്ദ്രന് പ്രമുഖ സ്ഥാനം തന്നെ ലഭിച്ചു. അപൂർണ്ണങ്ങളായ ചതുർഭൂതങ്ങളെയും പൂർണ്ണതയുള്ള നക്ഷത്രലോകത്തെയും വേർതിരിക്കുന്ന അതിർവരമ്പായാണ് അദ്ദേഹം ചന്ദ്രനെ അവരോധിച്ചത്. അരിസ്റ്റോട്ടിൽ സ്ഥാനക്കയറ്റം നല്കിയതുകൊണ്ട് നൂറ്റാണ്ടുകളോളം ചന്ദ്രന്റെ ആ വിശിഷ്ടസ്ഥാനത്തിന് ഇളക്കം തട്ടാതെ നിലനിന്നു എന്നതും ചരിത്രം. അരിസ്റ്റോട്ടിലിനു ശേഷം വന്ന ജ്യോതിശാസ്ത്രജ്ഞർക്കും ചന്ദ്രൻ ഒരു ഗോളമാണെന്ന കാര്യത്തിൽ സംശയമില്ലായിരുന്നു. മിനുസമുള്ള ഒരു ഗോളം. ഗലീലിയോ ദൂരദർശിനിയിലൂടെ നോക്കിയപ്പോഴാണ് ചന്ദ്രന്റെ മൂടുപടം അഴിഞ്ഞുവീണത്. തിളങ്ങുന്ന പാൽക്കിണ്ണത്തിൽനിന്ന് കുന്നും കുഴികളുമുള്ള, ജീവന്റെ നാമ്പുമുളയ്ക്കാത്ത വരണ്ട മരുഭൂമി എന്ന പതനമായിരുന്നു ചന്ദ്രനെ കാത്തിരുന്നത്. പക്ഷേ, പത്തൊമ്പതാം നൂറ്റാണ്ടിന്റെ ആദ്യ ദശകങ്ങളിൽപ്പോലും ചന്ദ്രനിൽ ഒരു അത്ഭുത ജീവി ഉണ്ടെന്ന് കരുതിയിരുന്ന ജ്യോതിശാസ്ത്രജ്ഞർ ഉണ്ടായിരുന്നു എന്നതാണ് ഏറെ കൗതുകകരം. ഇരുപതാം നൂറ്റാണ്ടിന്റെ ഉത്തരാർദ്ധത്തിൽ കൃത്രിമ ഉപഗ്രഹങ്ങളുടെ രംഗപ്രവേശനത്തോടുകൂടിയാണ് ചന്ദ്രന്റെ യഥാർത്ഥ മുഖം വ്യക്തമായത്. സോവിയറ്റ് യൂണിയന്റെ ലൂണദൗത്യങ്ങളും അമേരിക്കയുടെ അപ്പോളോദൗത്യങ്ങളും ഇതിന് നേതൃത്വം വഹിച്ചു.

ചന്ദ്രന്റെ സ്വയം ഭ്രമണത്തിനും ഭൂമിയെ പ്രദക്ഷിണം ചെയ്യുന്നതിനും ഒരേ സമയം വേണ്ടിവരുന്നതുകൊണ്ട് ഭൂമിയിലെ നിരീക്ഷകന് ചന്ദ്രന്റെ ഒരു വശം, പകുതി ഭാഗം മാത്രമേ കാണാൻ കഴിയൂ. നമ്മൾ പൂർണ്ണചന്ദ്രൻ എന്നു പറയുന്നത് ശരിക്കും പകുതി ചന്ദ്രനാണെന്ന് പറയാം. എന്നാൽ ചന്ദ്രോല്പത്തി മുതൽ ഇങ്ങനെയായിരുന്നില്ല ഭൂമിയും ചന്ദ്രനുമായുള്ള ബന്ധം. ആദ്യനാളുകളിൽ കൂടുതൽ വേഗതയിൽ ഭ്രമണം

ചെയ്തിരുന്ന ചന്ദ്രൻ ഭൂമിയുടെ ഘർഷണ പ്രഭാവം കാരണം ഇപ്പോഴുള്ള അവസ്ഥയിൽ ലോക്ക്ഡ് ആവുകയായിരുന്നു. നാളെ ഈ അവസ്ഥയിൽ തന്നെ തുടരുകയുമില്ല. ചന്ദ്രൻ ഭൂമിയിൽനിന്ന് അകന്നുപൊയ്ക്കൊണ്ടിരിക്കുകയാണ്. ഏതാനും കോടി വർഷങ്ങൾ കഴിയുമ്പോൾ പൂർണ്ണ ചന്ദ്രനും ചന്ദ്രഗ്രഹണവും ചന്ദ്രനെ ആധാരമായുള്ള കാലഗണനയും അന്യമാകും. ഭൂമിയിൽ അന്നും മനുഷ്യർ ജീവിച്ചിരിക്കുമെങ്കിൽ.

ചന്ദ്രന്റെ പകുതി ഭാഗം മാത്രമേ ഭൂമിയിൽനിന്ന് കാണാൻ കഴിയൂ എന്നതിൽ ചില തർക്കങ്ങളുണ്ട്. ചന്ദ്രൻ ഭൂമിയെ ചുറ്റുന്നതിനിടയിൽ ഉണ്ടാകുന്ന ചെറിയ ചാഞ്ചാട്ടം കാരണം ഭൂമിയിൽനിന്നുള്ള വീക്ഷണകോണിൽ മാറ്റം വരുന്നതിനാൽ ചന്ദ്രബിംബത്തിന്റെ 59 ശതമാനം വരെ ഭൂമിയിൽനിന്ന് ദൃശ്യമാകും. ലിബറേഷൻ എന്നാണീ പ്രതിഭാസം അറിയപ്പെടുന്നത്. കറങ്ങുന്ന ഒരു പമ്പരത്തിനുണ്ടാകുന്ന ചാഞ്ചാട്ടത്തിന് സമാനമാണിത്. പമ്പരത്തിന്റെ ചാഞ്ചാട്ടത്തിലൂടെ അതിന്റെ കൂടുതൽ ഭാഗം കാണാൻ കഴിയുമല്ലോ. എന്നാൽ ഇത് പൂർണ്ണമായും ശരിയല്ല. ഒരു സമയം കാണാൻ കഴിയുന്നത് പകുതി ഭാഗം മാത്രമാണ്.

ഭൂമിയുടെ ഏക സ്വാഭാവിക ഉപഗ്രഹമാണ് ചന്ദ്രൻ. ഇക്കാര്യത്തിലും തർക്കമുണ്ട്. പണ്ട് രണ്ട് ചന്ദ്രൻമാരുണ്ടായിരുന്നെന്നും അവ കൂടിച്ചേർന്നാണ് ഇപ്പോഴുള്ള ചന്ദ്രനുണ്ടായതെന്നും വാദിക്കുന്നവരുണ്ട്. ഇപ്പോഴും ചന്ദ്രനു പുറമെ മറ്റൊരു ഉപഗ്രഹം കൂടി ഭൂമിക്കുണ്ടെന്ന് വാദിക്കുന്നവരും ഉണ്ട്. ചന്ദ്രൻ ഭൂമിയുടെ ഉപഗ്രഹമാണോ എന്ന കാര്യത്തിലും സംശയമുള്ളവരുണ്ട്. ചന്ദ്രന്റെ വലിപ്പം തന്നെയാണ് മുഖ്യ പ്രശ്നം. സൗരയൂഥത്തിൽ തന്നെ വലിയ ഉപഗ്രഹങ്ങളിലൊന്നാണ് ചന്ദ്രൻ. വ്യാഴത്തിന്റെയും ശനിയുടെയും യുറാനസിന്റെയും ചില ഉപഗ്രഹങ്ങൾക്ക് ചന്ദ്രനേക്കാൾ വലിപ്പമുണ്ട്. എന്നാൽ അവയുടെ ഉപഗ്രഹ പദവി ചോദ്യം ചെയ്യപ്പെടുന്നുമില്ല. കാരണം ലളിതമാണ്. ഗാനിമിഡും ടൈറ്റനുമെല്ലാം ചന്ദ്രനേക്കാൾ വലുതാണെങ്കിലും അവയുടെ മാതൃഗ്രഹങ്ങളായ വ്യാഴത്തെയും ശനിയെയും അപേക്ഷിച്ച് വളരെ ചെറുതാണ്. എന്നാൽ ചന്ദ്രന് ഭൂമിയുടെ നാലിൽ ഒന്ന് വ്യാസമുണ്ട്. ഈ രണ്ട് ഗോളങ്ങളുടെയും പൊതു പിണ്ഡകേന്ദ്രം ഭൗമോപരിതലത്തിൽനിന്ന് കേവലം 1700 കിലോമീറ്റർ മാത്രം ഭൂമിയുടെ ഉള്ളിലായതുകൊണ്ടാണ് ചന്ദ്രൻ ഭൂമിയെ പ്രദക്ഷിണം ചെയ്യുന്നതെന്നും കുള്ളൻ ഗ്രഹങ്ങളായ പ്ലൂട്ടോയും ഷാരോണും പോലെ ഭൂമിയും ചന്ദ്രനും പരസ്പരം ഭ്രമണം ചെയ്യുന്നതുമെന്നുമാണെന്നാണ് വാദം. അതെന്തായാലും ഇന്റർനാഷണൽ ആസ്ട്രോണമിക്കൽ യൂണിയന്റെ നിർവ്വചനമനുസരിച്ച് ചന്ദ്രൻ ഭൂമിയുടെ ഉപഗ്രഹമാണ്. ഏക സ്വാഭാവിക ഉപഗ്രഹം.

സങ്കല്പ സ്വർഗ്ഗത്തിന്റെ പാൽ വെളിച്ചം

കവികൾക്കും കലാകാരൻമാർക്കു എന്നും പ്രചോദനമാണ് ചന്ദ്രൻ. കവിത, കഥ, നാടകം, സംഗീതം, ചിത്രംവര, രാഷ്ട്രീയം, മതം, ചരിത്രം, സംസ്കാരം എന്നിവയിലെല്ലാം ഒരു പ്രതിരൂപമോ, ദൃഷ്ടാന്തമോ ആണ് ഈ കൊച്ചുഗോളം. ചന്ദ്രനെ ദേവനായി ആരാധിക്കാത്ത പുരാതന സംസ്കാരങ്ങളൊന്നുമില്ല. വായുവും ജലവുമില്ലാത്ത, സസ്യങ്ങളോ ജന്തുക്കളോ ഇല്ലാത്ത, ജീവന്റെ അടയാളങ്ങളൊന്നുമില്ലാത്ത ഈ വരണ്ട ദ്രവ്യപിണ്ഡം മനുഷ്യനെ ഇത്രയധികം ആകർഷിക്കാൻ കാരണം അതിന്റെ അനന്യതയും സാമീപ്യവും തന്നെയാണ്. പ്രപഞ്ചത്തിൽ നാം ജീവൻ തിരിച്ചറിഞ്ഞിട്ടുള്ള ഏകഗോളമായ ഭൂമിയുടെ ഏക സ്വാഭാവിക ഉപഗ്രഹമാണ് ചന്ദ്രൻ . സൂര്യൻ കഴിഞ്ഞാൽ മറ്റേതൊരു ആകാശഗോളത്തിനുള്ളതിലുമധികം സ്വാധീനം ചന്ദ്രന് ഭൂമിയിലും ഭൗമജീവനിലുമുണ്ട്. ചന്ദ്രനിലെ വരണ്ട പാറകളിലും വിള്ളലുകളിലും തട്ടി പ്രതിഫലിക്കുന്ന സൂര്യപ്രകാശം സൃഷ്ടിക്കുന്ന മായക്കാഴ്ചകൾ മനുഷ്യരുടെ ഭാവനകൾക്ക് നിറം പകർന്നപ്പോൾ ജീവന്റെ നാമ്പുകൾ മുളയ്ക്കാത്ത ഈ ദ്രവ്യശകലത്തിന് നല്കിയത് ഒരു അഭൗതിക പരിവേഷമാണ്.

പതിനേഴാം നൂറ്റാണ്ടിന്റെ തുടക്കത്തിൽത്തന്നെ ദൂരദർശിനി ഉപയോഗിച്ച് ഗലീലിയോ നടത്തിയ വാനനിരീക്ഷണങ്ങളാണ് ചന്ദ്രന്റെ യഥാർത്ഥ മുഖം അനാവരണം ചെയ്തത്. പിന്നീട് ഇരുപതാം നൂറ്റാണ്ടിന്റെ മദ്ധ്യദശകങ്ങളിൽ സാങ്കേതിക വിദ്യയിലുണ്ടായ പുരോഗതി ബഹിരാകാശ വാഹനങ്ങൾ യാഥാർത്ഥ്യമാക്കിയതോടെ മനുഷ്യൻ ചന്ദ്രനെന്ന സ്വർഗ്ഗലോകത്തിൽ തന്റെ പാദമുദ്രപതിപ്പിച്ചു. 1969 ജൂലൈ 21 നാണ് മനുഷ്യൻ, അവന്റെ സാന്നിദ്ധ്യം ഭൂമിക്കപ്പുറമുള്ള മറ്റൊരു ലോകത്ത് ആദ്യമായി അറിയിച്ചത്. ഭൂമിയും ചന്ദ്രനുമുള്ളിടത്തോളംകാലം, ഭൂമിയിൽ മനു

ഷ്യവർഗ്ഗം നിലനില്ക്കുന്നിടത്തോളം കാലം ആ ദിനവും, ചന്ദ്രനിൽ നടന്ന ആദ്യമനുഷ്യന്റെ ഓർമ്മകളും അനശ്വരമായിരിക്കും. സങ്കല്പ സ്വർഗ്ഗത്തിന്റെ പാൽ വെളിച്ചത്തെ തന്റെ പാദസ്പർശത്താൽ യാഥാർത്ഥ്യത്തിന്റെ ധൂളിയാക്കി മാറ്റിയ നീൽ ആംസ്ട്രോങ് അമരത്വം നേടിയ മനുഷ്യനാണ്. ആദ്യ ചാന്ദ്രയാത്രയുടെ ഹൃദയമിടിപ്പുകൾ തന്നെയാണ് ഓരോ ചാന്ദ്രദിനത്തിലും ശാസ്ത്രലോകത്തിനുള്ളത്. സങ്കല്പവും, ചരിത്രവും, മിത്തുശാസ്ത്രവുമെല്ലാം ഇഴചേർന്നുകിടക്കുന്ന ചന്ദ്രനെന്ന ആകാശഗോളത്തിന്റെ ഇതുവരെ അധികമാരും പറഞ്ഞിട്ടില്ലാത്ത വിശേഷങ്ങളിലൂടെ ഒന്നു കടന്നുപോകാം.

ഭൂമിയുടെ ഏക പ്രകൃതിദത്ത ഉപഗ്രഹമാണ് ചന്ദ്രൻ. ഭൂമിയുടെ വ്യാസത്തിന്റെ ഏകദേശം മുപ്പതുമടങ്ങ് ദൂരെയാണ് ചന്ദ്രന്റെ ഭ്രമണപഥം. ഇത് ശരാശരി 3,84,403 കിലോമീറ്റർ അകലം വരും. ഭൂമിയും ചന്ദ്രനുമടങ്ങുന്ന വ്യൂഹത്തിന്റെ പിണ്ഡകേന്ദ്രം, ഭൂമിയുടെ വ്യാസത്തിന്റെ ഏകദേശം നാലിൽ ഒന്നുവരുന്ന 1,700 കിലോമിറ്റർ ആഴത്തിൽ ഭൗമോപരിതലത്തിനുകീഴെയാണ്. അതുകൊണ്ടുതന്നെ ചന്ദ്രൻ ഭൂമിയെ ചുറ്റുകയാണ്. ഭൂമിയെ ഒരു തവണ പ്രദക്ഷിണം ചെയ്യാൻ ചന്ദ്രന് 27.3 ദിവസങ്ങൾ വേണം.

ചന്ദ്രന്റെ ഉപരിതലവിസ്തീർണ്ണം ഭൂമിയുടേതിന്റെ പത്തിലൊന്നിലും കുറവാണ്. ഇത് ഏകദേശം റഷ്യ, കാനഡ, യു എസ് എന്നിവ ചേർന്നാലുള്ളത്ര വരും. ചന്ദ്രന്റെ ഗുരുത്വബലം ഏകദേശം ഭൂമിയുടെ ഗുരുത്വബലത്തിന്റെ 17 ശതമാനമാണ്. സൂര്യപ്രകാശം ചന്ദ്രോപരിതലത്തിൽ തട്ടി പ്രതിഫലിച്ചെത്താൻ ഏകദേശം 1.3 സെക്കന്റുകൾ ആവശ്യമാണ്. സൗരയൂഥത്തിലെ ഉപഗ്രഹങ്ങളിൽ വലിപ്പംകൊണ്ടും ഭാരംകൊണ്ടും ചന്ദ്രൻ അഞ്ചാം സ്ഥാനത്താണ്.

ചന്ദ്രോപരിതലത്തിലെത്തിയ ആദ്യ മനുഷ്യനിർമ്മിതവസ്തു സോവിയറ്റ് യൂണിയനയച്ച ലൂണ -2 എന്ന ബഹിരാകാശ പേടകമാണ്. 1959 ൽ അയച്ച ഈ പേടകം ചന്ദ്രോപരിതലത്തിൽ ഇടിച്ചുതകരുകയാണുണ്ടായത്. തുടർന്നും ലൂണ ശ്രേണിയിൽപ്പെട്ട വാഹനങ്ങൾ ചാന്ദ്രസന്ദർശനം നടത്തിയിട്ടുണ്ടെങ്കിലും വിജയകരവും അപകടരഹിതവുമായി ചന്ദ്രനിലിറങ്ങിയ ആദ്യവാഹനം ലൂണ-9 ആണ്. 1966 ലാണ് ലൂണ 9 ചന്ദ്രനിലെത്തിയത്. മനുഷ്യനെ വഹിച്ചുകൊണ്ടുള്ള യാത്ര ആരംഭിച്ചത് യു എസിന്റെ അപ്പോളോ ദൗത്യങ്ങളാണ്. അപ്പോളോ-8 ൽ ആണ് മനുഷ്യന്റെ ആദ്യ ചന്ദ്രയാത്ര നടന്നത്. എന്നാൽ പേടകം ചന്ദ്രനെ പ്രദക്ഷിണം ചെയ്തതല്ലാതെ ഉപരിതലത്തിൽ ഇറങ്ങിയില്ല. 1969 ൽ അപ്പോളോ -11 ദൗത്യത്തിലാണ് മനുഷ്യന്റെ പാദസ്പർശം ആദ്യമായി ചന്ദ്രനിൽ പതിഞ്ഞത്. ഇന്നും ഭൂമിക്കുവെളിയിൽ മനുഷ്യന്റെ പാദസ്പർശമേറ്റ ഏക ഖഗോളപിണ്ഡം ചന്ദ്രനാണ്.

ഗ്രീക്ക് ചിന്തകനായ അനാക്സഗോറസ് ആണ് പാശ്ചാത്യലോകത്ത് ആദ്യമായി ചന്ദ്രൻ വലിയ ഗോളരൂപമുള്ള പാറയാണെന്ന് സമർത്ഥിക്കാൻ

ശ്രമിച്ചത്. ചന്ദ്രന് പ്രകാശമില്ലെന്നും സൂര്യപ്രകാശത്തെ പ്രതിഫലിപ്പിക്കുക മാത്രമാണ് ചെയ്യുന്നതെന്നും അദ്ദേഹം വാദിച്ചു. അരിസ്റ്റോട്ടിലിന്റെ പ്രപഞ്ചമാതൃകയിൽ മാറ്റങ്ങൾ വരുന്ന ഭൂമി, ജലം, വായു, അഗ്നി എന്നിവയുടെ ഗോളങ്ങളെയും മാറ്റമില്ലാത്ത സ്ഥിരനക്ഷത്രങ്ങളെയും വേർതിരിക്കുന്ന അതിർത്തിയാണ് ചന്ദ്രൻ–നൂറ്റാണ്ടുകളോളം ഈ വിശ്വാസം നിലനിന്നു. 1609 ൽ *സിഡറസ് നൺസിയസ്* എന്ന പുസ്തകത്തിൽ ചന്ദ്രൻ മിനുസമാർന്ന ഒരു ഗോളമല്ല മറിച്ച് കുന്നുകളും കുഴികളും നിറഞ്ഞതാണെന്ന് ഗലീലിയോ പ്രസ്താവിച്ചു. പിന്നീട് 17–ാം നൂറ്റാണ്ടിൽ ജിയോവനി ബാറ്റിസ്റ്റ, റിച്ചിയോളി, ഫ്രാൻസിസ്കോ മരിയാ ഗ്രിബാൾഡി എന്നിവർ ചേർന്ന് ചന്ദ്രന്റെ ഒരു ഭൂപടം തയ്യാറാക്കി. അതിലവർ ഗർത്തങ്ങൾക്കും പർവ്വതങ്ങൾക്കും ഉപയോഗിച്ച പല പേരുകളും ഇന്നും ഉപയോഗിക്കുന്നു.

ചന്ദ്രൻ ഭൂമിയെ ഒരു തവണ പൂർണ്ണമായി പ്രദക്ഷിണം ചെയ്യാൻ ഏകദേശം 27.3 ദിവസമെടുക്കും. അതേസമയം ഭൂമി സൂര്യനുചുറ്റും പരിക്രമണം ചെയ്യുന്നുണ്ട് എന്നതിനാൽ ഒരു പൗർണ്ണമി മുതൽ അടുത്ത പൗർണ്ണമി വരെയുള്ള സമയം ഇതിനേക്കാൾ അല്പം കൂടുതലായിരിക്കും. അതായത് 29.5 ഭൗമദിനങ്ങൾ സൗരയൂഥത്തിലെ മറ്റ് ഉപഗ്രഹങ്ങളിൽനിന്ന് വ്യത്യസ്തമായി ചന്ദ്രൻ ഭൂമിയെ ചുറ്റുന്നത് മദ്ധ്യരേഖാതലത്തിലല്ല, മറിച്ച് ക്രാന്തിവൃത്തത്തിനടുത്തായാണ്. മാത്രവുമല്ല, സൗരയൂഥത്തിലെ മറ്റുപഗ്രഹങ്ങളിൽനിന്ന് വ്യത്യസ്തമായി മാതൃഗ്രഹവുമായി താരതമ്യം ചെയ്താൽ വലിപ്പം ഏറ്റവും കൂടുതൽ ചന്ദ്രനാണ്. ഭൂമിയുടെ നാലിലൊന്ന് വ്യാസവും എട്ടിലൊന്ന് പിണ്ഡവും ചന്ദ്രനുണ്ട് എന്നിരുന്നാലും ഭൂമിയേയും ചന്ദ്രനേയും ഗ്രഹ–ഉപഗ്രഹവ്യവസ്ഥയായാണ് കണക്കാക്കുന്നത്, ഇരട്ട ഗ്രഹങ്ങളായല്ല. കാരണം ഈ വ്യവസ്ഥയുടെ പിണ്ഡകേന്ദ്രം ഭൂമിയുടെ അകത്തുതന്നെയാണ് സ്ഥിതിചെയ്യുന്നത്. ഭൂമിക്കും ചന്ദ്രനും പരസ്പരമുള്ള ഭൗതിക സ്വാധീനങ്ങളിൽ പ്രധാനപ്പെട്ടത് വേലിയേറ്റവും വേലിയിറക്കവുമാണ്. ചന്ദ്രന്റെ ഗുരുത്വാകർഷണമാണ് ഭൂരിഭാഗം വേലിയേറ്റങ്ങൾക്കും കാരണം. ഇതിന്റെ ഫലമായി ഭൂമിയുടെ ഭ്രമണവേഗത കുറഞ്ഞുകൊണ്ടിരിക്കുകയാണ്. നൂറ്റാണ്ടിൽ ദിവസത്തിന്റെ നീളം 0.002 സെക്കന്റ് വർദ്ധിക്കുന്ന വിധത്തിലാണ് ഈ മാറ്റം.

ഭൗമ–ചാന്ദ്രവ്യവസ്ഥ ഭൗതികശാസ്ത്രത്തിലെ അടിസ്ഥാനതത്ത്വങ്ങളിലൊന്നായ കോണീയ സംവേഗ സംരക്ഷണ നിയമം പാലിക്കേണ്ടതുണ്ട്. അതായത് ബാഹ്യമായ ഒരു ടോർകിന്റെ അസാന്നിദ്ധ്യത്തിൽ ഒരു വ്യവസ്ഥയുടെ മൊത്തത്തിലുള്ള കോണിയ സംവേഗം സ്ഥിരമായിരിക്കണം. ഭൗമ–ചാന്ദ്രവ്യവസ്ഥയിൽ കോണിയ സംവേഗം രണ്ടു രീതിയിലാണ് പ്രധാനമായുള്ളത്. ഭൂമി ഓരോ 24 മണിക്കൂറും സ്വയംഭ്രമണം ചെയ്യുന്നു. ഇതുമൂലമുള്ള കോണിയ സംവേഗമാണ് ആദ്യത്തേത്. ചന്ദ്രൻ 27.3 ദിവസത്തിൽ ഭൂമിയെ പ്രദക്ഷിണം ചെയ്യുന്നു. ഇതുമൂലമുള്ള കോണീയ സംവേഗമാണ് രണ്ടാമത്തേത്. ഭൂമിയുടെ ഭ്രമണവേഗത

കുറയുമ്പോൾ അതോടനുബന്ധിച്ചുള്ള കോണീയ സംവേഗവും കുറയുന്നു. അതിനാൽ മൊത്തം കോണീയ സംവേഗം സംരക്ഷിക്കപ്പെടണമെങ്കിൽ ചന്ദ്രന്റെ പരിക്രമണം കാരണമുണ്ടാകുന്ന കോണീയ സംവേഗം വർദ്ധിക്കണം. ഇങ്ങനെ സംഭവിക്കണമെങ്കിൽ ഭൂമിയിൽനിന്ന് ചന്ദ്രനിലേക്കുള്ള ദൂരം വർദ്ധിക്കണം. നൂറ്റാണ്ടിൽ 3.8 മീറ്റർ എന്നതോതിലാണ് ഈ വർദ്ധനവ്. പണ്ട് ചന്ദ്രൻ സ്വയം ഭ്രമണത്തിനും പരിക്രമണത്തിനും വ്യത്യസ്ത സമയമായിരുന്നു എടുത്തിരുന്നത്. എന്നാൽ ഭൂമിയുടെ ഗുരുത്വബല പ്രഭാവം ചന്ദ്രന്റെ വിവിധഭാഗങ്ങളിൽ വ്യത്യസ്തമായതുകാരണം ഈ സമയങ്ങൾ തുല്യമായി വന്നു. അതുകൊണ്ടാണ് ചന്ദ്രന്റെ ഒരുഭാഗം മാത്രം നമുക്ക് കാണാൻ സാധിക്കുന്നത്. ടൈഡൽ ലോക്കിങ് എന്നാണീ പ്രതിഭാസം അറിയപ്പെടുന്നത്. ഭൂമിയുടെ ഭ്രമണകാലത്തിനും ടൈഡൽ ബലങ്ങൾമൂലം ഈ മാറ്റമുണ്ടാകും. അതായത് ഭൗമ–ചാന്ദ്രവ്യവസ്ഥയുടെ പരിണാമത്തിന്റെ അവസാനം ഭൂമിയിൽനിന്ന് നോക്കിയാൽ ചന്ദ്രന്റെ ഒരുവശം മാത്രം കാണാൻ സാധിക്കുന്നതുപോലെ ചന്ദ്രനിൽനിന്നുനോക്കിയാൽ ഭൂമിയുടെ ഒരുഭാഗം മാത്രം കാണാൻ സാധിക്കുന്നതരത്തിലായിരിക്കും. പ്ലൂട്ടോ–ഷാരോൺ വ്യവസ്ഥയിൽ രണ്ടു ഖഗോള പിണ്ഡങ്ങളും ഇതുപോലെ ലോക്ഡ് ആണ്. ഭൗമ – ചാന്ദ്ര വ്യവസ്ഥയിൽ ഇത് സംഭവിക്കുമ്പോൾ ഭൂമിയുടെയും ചന്ദ്രന്റെയും ഭ്രമണസമയങ്ങളും ചന്ദ്രൻ ഭൂമിയെ പരിക്രമണം ചെയ്യാനെടുക്കുന്ന സമയവും തുല്യമാകും. 47 ദിവസമായിരിക്കും ഈ ദൈർഘ്യം. എന്നാൽ ഇതു സംഭവിക്കണമെങ്കിൽ 50 കോടി വർഷങ്ങൾ കഴിയണം.

ചന്ദ്രന്റെ ഉല്പത്തി

ചന്ദ്രന്റെ ഉല്പത്തി തർക്കവിഷയമാണ്. നാല് സിദ്ധാന്തങ്ങളെങ്കിലും ചന്ദ്രന്റെ ഉല്പത്തിയെക്കുറിച്ച് വിവരിക്കുന്നുണ്ട്. അതിൽ ആദ്യത്തേത് വിഘടന പരികല്പനയാണ്. ഭൂമിയുടെ അപകേന്ദ്രബലം കാരണം തെറിച്ചുപോയ ഭാഗമാണ് പിന്നീട് ചന്ദ്രനായതെന്നും ഭൂമിയിൽനിന്ന് അടർന്നുപോയപ്പോഴുണ്ടായ ഗർത്തമാണ് പസഫിക് സമുദ്രമായതുമെന്നാണ് ഈ വാദത്തിന്റെ വക്താക്കൾ പറയുന്നത്. എന്നാൽ ആ വാദം ശരിയാകണമെങ്കിൽ ആദ്യകാലത്ത് ഭൂമിയുടെ ഭ്രമണവേഗത വളരെ ഉയർന്നതായിരിക്കണം. മാത്രവുമല്ല ഇങ്ങനെയാണ് ചന്ദ്രൻ രൂപപ്പെട്ടതെങ്കിൽ ചന്ദ്രന്റെ പരിക്രമണം ക്രാന്തിവൃത്തത്തിനുപകരം ഖഗോള മദ്ധ്യരേഖാതലത്തിലായിരിക്കും. സൗരയൂഥത്തിലെവിടെയോ രൂപംകൊണ്ട കൊച്ചുഗ്രഹമായ ചന്ദ്രനെ ഭൂമി ആകർഷിച്ച് ഉപഗ്രഹമാക്കുകയായിരുന്നെന്നും ഒരു പരികല്പനയുണ്ട്. പിടിച്ചെടുക്കൽ പരികല്പന എന്നാണിതിന് പറയുന്നത്. എന്നാൽ ഈ പരികല്പന ശരിയാകണമെങ്കിൽ ഘർഷണം വഴി ചന്ദ്രന്റെ ഊർജ്ജം കുറയ്ക്കാൻ തക്ക കനം ആദ്യകാലത്ത് ഭൂമിയുടെ അന്തരീക്ഷത്തിനുണ്ടാകണം. സൂര്യന്റെ രൂപീകരണത്തെത്തുടർന്ന് അവശേഷിച്ച സോളാർ നെബുലയിൽനിന്ന് ഗ്രഹങ്ങളെല്ലാം രൂപീകരിക്കപ്പെട്ടപ്പോൾത്തന്നെ ചന്ദ്രനും രൂപീകൃതമായി എന്നാണ് മറ്റൊരു പരികല്പന. സഹസൃഷ്ടി പരികല്പന എന്നാണിത് അറിയപ്പെടുന്നത്. ഈ പരികല്പന ശരിയാകണമെങ്കിൽ ഭൂമിയിലുള്ള ധാതുക്കളും ലോഹങ്ങളും ചന്ദ്രനിലുമുണ്ടാകണം. എന്നാൽ ചന്ദ്രനിലെ ഇരുമ്പിന്റെ സാന്നിദ്ധ്യം ഭൂമിയെ അപേക്ഷിച്ച് വളരെ കുറവായതുകൊണ്ട് ഈ വാദത്തിനും കൂടുതൽ ആരാധകരില്ല. മാത്രവുമല്ല ഭൗമ–ചാന്ദ്ര വ്യവസ്ഥയുടെ കോണീയ

സംവേഗം വിശദീകരിക്കുന്നതിന് ഈ പരികല്പനകൾക്കൊന്നിനും കഴിയുന്നുമില്ല. ഭൂമിയുടെ രൂപീകരണത്തിനുശേഷം അധികം വൈകാതെ മറ്റൊരു ചെറിയ ഗ്രഹവുമായുണ്ടായ കൂട്ടിയിടിയിൽ തെറിച്ചുപോയ അവശിഷ്ടങ്ങൾ കൂടിച്ചേർന്നാണ് ചന്ദ്രനുണ്ടായതെന്ന് പറയുന്ന കൂട്ടിയിടി പരികല്പനയ്ക്കാണ് ഇപ്പോൾ കൂടുതൽ പിന്തുണയുള്ളത്. അർദ്ധ ദ്രാവകാവസ്ഥയിലായിരുന്ന ഭൂമിയിൽ നിന്ന് തെറിച്ചുപോയ വസ്തുക്കൾ ചേർന്ന് രൂപീകരിക്കപ്പെട്ടതാണ് ചന്ദ്രനെന്നതിന് തെളിവായി കാർബൺ ഡേറ്റിങ് അനുസരിച്ചുള്ള കാലഗണനയാണ് മുന്നോട്ടുവയ്ക്കുന്നത്. ഇതനുസരിച്ച് ചന്ദ്രന്റെ ഉപരിതലത്തിൽ നടത്തിയ പഠനം ചന്ദ്രന്റെ ക്രസ്റ്റ് രൂപീകരിക്കപ്പെട്ടത് ഭൂമിയുടെ ക്രസ്റ്റ് രൂപവല്ക്കരണത്തിന് രണ്ടോ മൂന്നോ കോടി വർഷങ്ങൾക്ക് ശേഷമാണെന്ന് മനസ്സിലായിട്ടുണ്ട്.

ഭൂമിയിൽനിന്ന് നോക്കുമ്പോൾ ചന്ദ്രനിൽ കാണുന്ന കറുത്ത പാടുകളാണ് മരിയ. കടൽ എന്നാണ് ലാറ്റിൻ ഭാഷയിൽ മരിയ എന്ന വാക്കിന്റെ അർത്ഥം. ഒരുകാലത്ത് ഇവ കടലുകളാണെന്നാണ് കരുതിയിരുന്നത്. ഉല്ക്കാപതനംമൂലമുണ്ടായ ഗർത്തങ്ങളിലേക്ക് ബസാൾട്ട് ലാവ ഒഴുകിയിറങ്ങി രൂപംകൊണ്ട സമതലങ്ങളാണ് ഇവയെന്ന് പിന്നീട് വ്യക്തമായി. ചന്ദ്രോപരിതലത്തിലെ തെളിഞ്ഞ ഭാഗങ്ങളാണ് ടെറേ. മരിയയേക്കാൾ ഉയർന്ന ഭാഗങ്ങളാണ് ടെറേ. ചാന്ദ്രഗർത്തങ്ങളുടെ അതിരുകളാണ് ഇവ. ടെറേയും മരിയയും ചന്ദ്രന്റെ ഭൂമിക്ക് അഭിമുഖമായ വശത്താണ് കൂടുതൽക്കാണപ്പെടുന്നത്. സമീപവശത്തുള്ള താപോല്പക മൂലകങ്ങളുടെ സാന്നിദ്ധ്യമാണ് ഇതിനുകാരണമെന്നും അതല്ല രണ്ട് ചെറിയ ഉപഗ്രഹങ്ങൾ കൂട്ടിച്ചേർന്നുണ്ടായതാണ് ചന്ദ്രനെന്നും ചന്ദ്രന്റെ രണ്ടുവശങ്ങൾ തമ്മിൽ ഇക്കാരണത്താൽ ഗണ്യമായ വ്യത്യാസമുണ്ടെന്നും വാദമുണ്ട്. ചന്ദ്രോപരിതലം ഗർത്തങ്ങൾ നിറഞ്ഞതാണ്. അന്തരീക്ഷത്തിന്റെ അഭാവം കാരണം ചന്ദ്രോപരിതലത്തിൽ നിരന്തരം ഉല്ക്കാപതനങ്ങൾ നടന്നുകൊണ്ടിരിക്കും. ഇതിന്റെ ഫലമായി വലുതും ചെറുതുമായ നിരവധി ഗർത്തങ്ങൾ ചന്ദ്രോപരിതലത്തിൽ രൂപപ്പെട്ടുകൊണ്ടിരിക്കും. ഒരു കിലോമീറ്ററെങ്കിലും വ്യാസമുള്ള മുപ്പതിനായിരത്തിൽപ്പരം ഗർത്തങ്ങൾ ചന്ദ്രന്റെ സമീപവശത്ത് കാണാൻ കഴിയും. ഇവയിൽ പലതിനും ദശലക്ഷക്കണക്കിന് വർഷങ്ങൾ പ്രായവുമുണ്ട്.

ചാന്ദ്രധൂളിയും സവിശേഷതകളേറെയുള്ളതാണ്. തൊടുമ്പോൾ മഞ്ഞുപോലെ തോന്നുന്നതും വെടിമരുന്നിന്റെ ഗന്ധവുമുള്ളതാണ് ചാന്ദ്രധൂളി. ഉല്ക്കാപതനങ്ങളിൽനിന്ന് പുറന്തള്ളപ്പെട്ട സിലിക്കൺ ഡയോക്സൈഡും കാത്സ്യവും മഗ്നീഷ്യവുമാണ് ധൂളിയിലെ പ്രധാന ഘടകങ്ങൾ. പുറന്തോടിന് മുകളിലായി ഒരു ആവരണം പോലെ ഉരുണ്ട പാറകഷണങ്ങളുടെ ഒരു പുതപ്പ് കാണപ്പെടുന്നുണ്ട്. റിഗോലിത്ത് എന്നാണിത് അറിയപ്പെടുന്നത്. ചന്ദ്രനിൽ ജലസാന്നിദ്ധ്യവുമുണ്ട്. വാൽനക്ഷത്രങ്ങ

ളുടെ പതനം ധാരാളം ജലം ചന്ദ്രനിലെത്തിച്ചിട്ടുണ്ട്. എന്നാൽ ചന്ദ്രോപരിതലത്തിൽ വച്ചുതന്നെ അത് ഓക്സിജനും ഹൈഡ്രജനുമായി വിഘടിപ്പിക്കപ്പെടും. അന്തരീക്ഷവാതകങ്ങളെ പിടിച്ചുനിർത്താൻ തക്ക ഗുരുത്വാകർഷണ ബലമില്ലാത്തതുകൊണ്ട് അവ ഉടൻതന്നെ ബഹിരാകാശത്തിലേക്ക് നഷ്ടപ്പെടും. എന്നാൽ ധ്രുവമേഖലയിലെ സൂര്യപ്രകാശമെത്താത്ത ഗർത്തങ്ങളിൽ ജലമെത്തിയാൽ കൂടുതൽ കാലം നിലനില്ക്കാനിടയുണ്ട്. ഗർത്തങ്ങളിൽ ഹൈഡ്രോക്സിൽ രൂപത്തിലുള്ള ജലസാന്നിദ്ധ്യം ഇന്ത്യയുടെ ചാന്ദ്രയാൻ-1 ദൗത്യം കണ്ടെത്തിയിട്ടുണ്ട്. നാസയുടെ ക്ലമന്റൈൻ മിഷൻ നടത്തിയ റഡാർ പരീക്ഷണത്തിൽ ചന്ദ്രോപരിതലത്തിനു തൊട്ടുതാഴെയായി ഖരാവസ്ഥയിൽ ജലം നിലനില്ക്കുന്നുണ്ടെന്നും കണ്ടെത്തിയിട്ടുണ്ട്.

ഭൂമിയുടേതുപോലെതന്നെ കോർ, മാന്റിൽ, ക്രസ്റ്റ് എന്നീ മൂന്ന് ഭാഗങ്ങളാണ് ചന്ദ്രന്റെ ആന്തര ഘടനയിലുള്ളത്. കൂട്ടിയിടി സിദ്ധാന്തമനുസരിച്ചുള്ള ചാന്ദ്രരൂപീകരണത്തിന്റെ ആദ്യഘട്ടത്തിൽ ഉരുകിയ പാറകളുടെ ഒരു സമുദ്രം രൂപപ്പെട്ടിരുന്നു. 500 കിലോമീറ്റർ വരെ ആഴമുണ്ടായിരുന്ന ഈ മാഗ്മസമുദ്രം ക്രമേണ തണുത്തുറയുകയായിരുന്നു. മാഗ്മസമുദ്രത്തിന്റെ ഭാഗിക ക്രിസ്റ്റലീകരണം വഴിയാണ് ചാന്ദ്രഘടന രൂപംകൊണ്ടത്. 50 കിലോമീറ്റർ വരെ കനമുള്ള പുറംപാളിയിൽ ഓക്സിജൻ, സിലിക്കൺ, മഗ്നീഷ്യം, ഇരുമ്പ്, കാത്സ്യം, അലുമിനിയം എന്നിവയാണ് പ്രധാനഘടകങ്ങൾ. ഒലിവിൻ, ഓർത്തോപെറോക്സിൻ തുടങ്ങിയ ധാതുക്കൾ അടങ്ങിയ ഉരുകിയ ബസാൾട്ട് നിറഞ്ഞതാണ് ചന്ദ്രന്റെ മാന്റിൽ. ഭൂമി പ്രയോഗിക്കുന്ന വേലബലങ്ങൾ കാരണം മാന്റിലിൽ ഇടയ്ക്കിടെ കമ്പനങ്ങൾ ഉണ്ടാകാറുണ്ട്. ചന്ദ്രന്റെ കോർ വളരെ ചെറുതാണ്. 700 കിലോമീറ്റർ വ്യാസമുള്ള ഇരുമ്പുഗോളമാണ് ചന്ദ്രന്റെ കോർ. ചന്ദ്രന്റെ അസ്ഥിരമായ പരിക്രമണ കാലത്തിൽനിന്ന് കോർ ഭാഗികമായി ദ്രാവകാവസ്ഥയിലാണെന്ന് മനസ്സിലാക്കാം.

പേരിനുമാത്രം അന്തരീക്ഷമുള്ള ഗോളമാണ് ചന്ദ്രൻ. വലിപ്പക്കുറവും ദുർബ്ബലമായ കാന്തിക ക്ഷേത്രവും കാരണം അന്തരീക്ഷ വാതകങ്ങളെ പിടിച്ചുനിർത്താൻ കഴിയാത്തതാണ് ഇതിനുകാരണം. മാന്റിലിൽ നടക്കുന്ന റേഡിയോ ആക്ടീവ് പ്രവർത്തനങ്ങളുടെ ഭാഗമായി സൃഷ്ടിക്കപ്പെടുന്ന റഡോൺ ആണ് പ്രധാന അന്തരീക്ഷവാതകം. ഈ വാതകം സൂര്യന്റെ വികിരണമർദ്ദം നിമിത്തം ശൂന്യാകാശത്തിലേക്ക് രക്ഷപ്പെടുകയോ സ്പട്ടറിങ് പ്രതിഭാസം വഴി മാന്റിലിലേക്ക് തിരിച്ചുപോവുകയോ ചെയ്യാം. വളരെ ചെറിയ അളവിൽ ആർഗൺ, ഹീലിയം, ഓക്സിജൻ, മീഥേൻ, നൈട്രജൻ, കാർബൺ മോണോക്സൈഡ്, കാർബൺ ഡയോക്സൈഡ് എന്നീ വാതകങ്ങളും ചന്ദ്രനിൽ കണ്ടെത്തിയിട്ടുണ്ട്. അന്തരീക്ഷത്തിന്റെ അഭാവം കാരണം താപനിലയിലെ അനിശ്ചിതത്വം വളരെ

വലുതാണ്. പകൽ സമയത്ത് താപനില 107 ഡിഗ്രി സെൽഷ്യസ് വരെ ഉയരുമ്പോൾ രാത്രിയിൽ ഇത് 153 ഡിഗ്രി സെൽഷ്യസ് വരെ താഴും. ചന്ദ്രനിലെ രാത്രിയും പകലും മാത്രമല്ല താപനിലയിലുള്ള ഏറ്റക്കുറച്ചിലുകൾ ഉണ്ടാകുന്നത്. അന്തരീക്ഷമില്ലാത്തതുകൊണ്ടു തന്നെ സൂര്യപ്രകാശത്തിന് വിസരണം സംഭവിക്കുന്നില്ല. ഒരു കണ്ണാടിയിൽത്തട്ടി പ്രതിഫലിക്കുന്നതുപോലെയായിരിക്കും ചന്ദ്രോപരിതലത്തിൽത്തട്ടി പ്രകാശം പ്രതിഫലിക്കുന്നത്. പ്രകാശം നേരിട്ട് പതിക്കാത്തിടത്ത് ഭൂമിയിൽനിന്ന് വിഭിന്നമായി കൂരിരുട്ടും ആയിരിക്കും. ഇരുണ്ട ഭാഗങ്ങളിൽ താപനില വളരെ താഴ്ന്നും വെളിച്ചമുള്ള ഭാഗത്ത് വളരെ ഉയർന്നുമായിരിക്കും.

ചാന്ദ്ര പര്യവേക്ഷണത്തിന്റെ നാൾവഴികൾ

ആയിരത്തിത്തൊള്ളായിരത്തി തൊണ്ണൂറ്റിയെട്ട് ആഗസ്ത് 17 ന് അമേരിക്കൻ എയർ ഫോഴ്സിന്റെ ഏബിൾ – 1 ദൗത്യത്തോടെയാണ് ചാന്ദ്രപര്യവേഷണത്തിന്റെ ചരിത്രം തുടങ്ങുന്നത്. അതേ വർഷം സെപ്തംബർ 23 ന് സോവിയറ്റ് യൂണിയൻ E- 1 No.1 ദൗത്യത്തോടെ ചാന്ദ്രപര്യവേഷത്തിൽ തങ്ങളുടെ സാന്നിദ്ധ്യവുമറിയിച്ചു. എന്നാൽ ഈ രണ്ടു ദൗത്യങ്ങളും പരാജയമായിരുന്നു. ഇവ മാത്രമല്ല അമേരിക്കയും റഷ്യനും നടത്തിയ തുടർച്ചയായ പത്തുദൗത്യങ്ങളും പരാജയത്തിൽ കലാശിച്ചു. ഒടുവിൽ 1959 സെപ്തംബർ 12 ന് സോവിയറ്റ് യൂണിയൻ വിക്ഷേപിച്ച ലൂണ–2 ദൗത്യത്തോടെയാണ് ചാന്ദ്രപര്യവേഷണത്തിന്റെ ആധുനിക യുഗം പിറക്കുന്നത്. 1609 ൽ ഗലീലിയോ തുടങ്ങിവച്ച ഒറ്റക്കുഴൽ ആകാശനിരീക്ഷണം വളർന്ന് ഇന്ന് ദൃശ്യപ്രകാശത്തിന്റെ സഹായമില്ലാതെതന്നെ വിദ്യുത് കാന്തിക വികിരണങ്ങളുടെയും ഗുരുത്വ തരംഗങ്ങളുടെയും മികവിൽ പ്രകാശവർഷങ്ങൾക്കപ്പുറം പ്രപഞ്ചോല്പത്തിയുടെ ആദ്യനിമിഷങ്ങളിൽ വരെ എത്തിനില്ക്കുമ്പോഴും ചന്ദ്രബിംബം മനുഷ്യനെ ഭ്രമിപ്പിക്കുന്നുണ്ട്. ചന്ദ്രനും മനുഷ്യനുമായുള്ള ബന്ധത്തിന്റെ വൈകാരികതലം തന്നെയാണ് ഇതിനുകാരണം. ചന്ദ്രൻ പല ഭൗമപ്രതിഭാസങ്ങളെയും സ്വാധീനിക്കുന്നുണ്ടെന്നുള്ള കേവല യാഥാർത്ഥ്യത്തിലുപരി കവികളും കലാകാരൻമാരുമെല്ലാം ചന്ദ്രബിംബത്തിന്റെ സൗന്ദര്യത്തെ പാടിപ്പുകഴ്ത്തുന്നതിൽ യാതൊരു പിശുക്കും കാണിച്ചിട്ടില്ല എന്നതും ഇതിനൊരു കാരണമാണ്. അതെന്തായാലും ഭൂമിക്കുവെളിയിൽ മനുഷ്യന്റെ പാദസ്പർശമേറ്റ ഏകഖഗോള പിണ്ഡമെന്ന ബഹുമതി ചന്ദ്രനുമാത്രം സ്വന്തമാണ്. ഭൂമിയിൽ മനുഷ്യവംശം നിലനില്ക്കുന്നിടത്തോളം കാലം ചന്ദ്രന്റെ പ്രസക്തിയും നഷ്ടപ്പെടില്ല.

ബി സി ഒന്നാം നൂറ്റാണ്ടിൽ മെസോപ്പൊട്ടോമിയയിലെ ബാബിലോണിയൻ ജ്യോതിശാസ്ത്രജ്ഞർക്ക് ചന്ദ്രഗ്രഹണത്തെക്കുറിച്ചും അതിന്റെ ആവർത്തന ചക്രത്തെക്കുറിച്ചും വ്യക്തമായ ധാരണയുണ്ടായിരുന്നു. കൂടാതെ 19 ഭൗമവർഷങ്ങൾ 235 ചാന്ദ്രമാസങ്ങൾക്ക് തുല്യമാണെന്നും അവർക്കറിയുമായിരുന്നു. ബി സി രണ്ടാംനൂറ്റാണ്ടിൽ സെല്യൂഷ്യയിലെ സെല്യൂക്കസ് തിരമാലകളുണ്ടാകാൻ കാരണം ചന്ദ്രനാണെന്ന് വിശ്വസിച്ചിരുന്നു. അദ്ദേഹത്തിന്റെ പഠനങ്ങളിൽ തിരമാലകളുടെ ഉയരം സൂര്യചന്ദ്രന്മാരുടെ ആപേക്ഷിക സ്ഥാനത്തെ ആശ്രയിച്ചാണെന്നും രേഖപ്പെടുത്തിയിട്ടുണ്ട്. ഇന്ത്യയിലും ഈ കാലഘട്ടത്തിൽ ചന്ദ്രനെക്കുറിച്ച് പഠനങ്ങൾ നടന്നിട്ടുണ്ടെങ്കിലും അവയ്ക്കൊന്നുംതന്നെ കൃത്യമായ രേഖകളുണ്ടായിരുന്നില്ല. എ ഡി 499 ൽ ആര്യഭടൻ തന്റെ വിഖ്യാത ഗ്രന്ഥമായ *ആര്യഭടീയ*ത്തിൽ സൂര്യപ്രകാശം പ്രതിഫലിക്കുന്നതാണ് ചാന്ദ്രശോഭയ്ക്ക് കാരണമെന്ന് രേഖപ്പെടുത്തിയിട്ടുണ്ട്.

ബി സി അഞ്ചാം നൂറ്റാണ്ടിൽ ഗ്രീക്ക് ചിന്തകനായ അനാക്സഗോറസ് സൂര്യനും ചന്ദ്രനും ഗോളാകൃതിയിലുള്ള വലിയ പാറകളാണെന്നും ഇതിൽ സൂര്യൻ സ്വയം ജ്വലിക്കുമെന്നും ഈ ശോഭ ചന്ദ്രോപരിതലത്തിൽ തട്ടി പ്രതിഫലിക്കുന്നതാണ് ചാന്ദ്രശോഭയ്ക്ക് കാരണമെന്നും പഠിപ്പിച്ചിരുന്നു. എന്നാൽ അദ്ദേഹത്തിന്റെ 'നിരീശ്വരവാദപരമായ' ഇത്തരം പ്രസ്താവനകൾ തടവറയിലേക്കുള്ള വഴി സുഗമമാക്കിക്കൊടുത്തു എന്നത് ചരിത്രം. പിന്നീട് അരിസ്റ്റോട്ടിലിന്റെ (384-322 BC) പ്രപഞ്ചവീക്ഷണത്തിൽ സ്ഫടികഗോളങ്ങൾകൊണ്ടു വേർതിരിച്ച അനശ്വരവും പൂർണ്ണവുമായ സ്വർഗ്ഗലോകത്തിനും നശ്വരവും അപൂർണ്ണവുമായ ഭൂമിക്കുമിടയിലുള്ള അതിർവരമ്പായി ചന്ദ്രൻ അവരോധിക്കപ്പെട്ടു. അരിസ്റ്റോട്ടിലിന്റെ അപ്രമാദിത്തം കാരണം ചന്ദ്രന്റെ ഈ സ്ഥാനം നൂറ്റാണ്ടുകളോളം നിലനിന്നു. പൂർണ്ണതയുടെ സ്വർഗ്ഗലോകവും അപൂർണ്ണതയുടെ ഭൗതികലോകവും തമ്മിൽ ഒരിക്കലും ബന്ധപ്പെടാതിരിക്കാൻ കാവൽ നില്ക്കുന്ന സ്വർഗ്ഗീയ ദൂതനായി ചന്ദ്രനെ അവരോധിക്കാൻ അരിസ്റ്റോട്ടിലിന്റെ കാലത്തുമാത്രമല്ല തുടർന്നുവന്ന നൂറ്റാണ്ടുകളോളം സമൂഹത്തിന്റെ ശാസ്ത്രബോധത്തിന് മടിയുണ്ടായില്ല. പ്ലൂട്ടാർക്കിന്റെ കാലത്ത് ചന്ദ്രന്റെ മറ്റൊരു മുഖമാണ് വെളിപ്പെട്ടത്. ചന്ദ്രമുഖത്ത് സൂര്യപ്രകാശം ഒരിക്കലും എത്തിച്ചേരാത്ത വലിയ ഗർത്തങ്ങളുണ്ടെന്നും ഈ ഗർത്തങ്ങൾക്കുകാരണം വലിയ നദികളുടെ സാന്നിദ്ധ്യമാണെന്നും അദ്ദേഹം വിശ്വസിച്ചു. കൂടാതെ ചന്ദ്രനിൽ ജീവനുണ്ടാകാമെന്നും അദ്ദേഹം സംശയിച്ചിരുന്നു. പ്ലൂട്ടാർക്ക് തന്റെ പ്രാരംഭ പഠനങ്ങളിൽനിന്ന് വ്യതിചലിക്കുന്ന കാഴ്ചയാണ് പിന്നീടുണ്ടായത്. ചന്ദ്രൻ ഒരു നല്ല ദർപ്പണമാണെന്നും ഭൂമിയിൽ നടക്കുന്ന എല്ലാ സംഭവങ്ങളെയും പ്രതിഫലിപ്പിക്കാൻ ചന്ദ്രന് കഴിയുമെന്നുമായിരുന്നു അദ്ദേഹത്തിന്റെ വാദം. ചന്ദ്രകളങ്കങ്ങൾ യഥാർത്ഥമല്ലെന്നും അത് ഭൗമപ്രതിഭാസങ്ങളുടെ പ്രതിഫലനമാണെന്നുമായിരുന്നു അദ്ദേഹത്തിന്റെ അതിബുദ്ധി സ്ഥാപിക്കാൻ ശ്രമിച്ചത്. ചന്ദ്രമുഖത്തെ അടയാള

ങ്ങൾക്ക് മാറ്റമില്ലാത്തതിനെപ്പറ്റിയും അദ്ദേഹത്തിന് വേറിട്ടവ്യാഖ്യാനമാണുണ്ടായത്. ചന്ദ്രോപരിതലത്തിലെ ചിലയിടങ്ങളിൽ സാന്ദ്രതയിൽ വ്യത്യാസമുണ്ടെന്നും ഈ സാന്ദ്രതാ വ്യത്യാസം നിരീക്ഷകനുണ്ടാക്കുന്ന മതിഭ്രമമാണ് ചാന്ദ്രകളങ്കങ്ങളെന്നും ചന്ദ്രൻ കളങ്കമൊന്നുമില്ലാത്ത പൂർണ്ണ ധവളഗോളമാണെന്നും അദ്ദേഹം 'കണ്ടുപിടിച്ചു'. അങ്ങനെ അരിസ്റ്റോട്ടിൽ പറഞ്ഞതുപോലെ സ്വർഗ്ഗലോകത്തിന്റെയും അതിന്റെ കാവല്ക്കാരനായ ചന്ദ്രന്റെയും പൂർണ്ണതയ്ക്ക് പരിക്കൊന്നുമുണ്ടായില്ല. പ്ലൂട്ടാർക്കും പരിക്കേല്ക്കാതെ രക്ഷപ്പെട്ടു. അരിസ്റ്റോട്ടിലിനെ തിരുത്തിയില്ലല്ലോ. പിന്നീട് അരിസ്റ്റാർക്കസിന്റെ ഊഴമായിരുന്നു. അദ്ദേഹം നിലവിലുള്ള പ്രമാണങ്ങളിൽനിന്ന് ഒരു പടികൂടി മുന്നോട്ട് സഞ്ചരിക്കുകയും ഭൂമിക്കും ചന്ദ്രനുമിടയിലുള്ള ദൂരം കണക്കുക്കൂട്ടുകയും ചെയ്തു. ഇത് ഭൂമിയുടെ വ്യാസത്തിന്റെ പത്തുമടങ്ങാണെന്നാണ് അദ്ദേഹം കണ്ടെത്തിയത്. യഥാർത്ഥത്തിൽ ഇത് ഭൂമിയുടെ വ്യാസത്തിന്റെ മുപ്പതു മടങ്ങാണ്. എന്നിരുന്നാലും ആധുനിക സങ്കേതങ്ങളൊന്നും ഇല്ലാതിരുന്ന അക്കാലത്ത് അത്തരമൊരു കണ്ടുപിടിത്തം നടത്താൻ കഴിഞ്ഞ അരിസ്റ്റാർക്കസിന്റെ പ്രതിഭ അംഗീകരിച്ചേ മതിയാവൂ.

ചൈനയിലും ഇക്കാലയളവിൽ ശ്രദ്ധേയമായ ചില കണ്ടെത്തലുകൾ ഉണ്ടായിട്ടുണ്ട്. ബി സി നാലാം നൂറ്റാണ്ടിൽ ജീവിച്ചിരുന്ന ചൈനീസ് ജ്യോതിശാസ്ത്രജ്ഞൻ ഷീ–ഷെൻ, സൗരചാന്ദ്ര ഗ്രഹണങ്ങൾ കൃത്യമായി പ്രവചിച്ചിരുന്നു. സൂര്യന്റെയും ചന്ദ്രന്റെയും ആപേക്ഷിക സ്ഥാനങ്ങൾ കണക്കുകൂട്ടിത്തന്നെയായിരുന്നു അദ്ദേഹത്തിന്റെ പ്രവചനങ്ങൾ. ഹാൻ രാജവംശകാലത്തുതന്നെ (BC 202 – AD 202) ചൈനയിലെ ജനങ്ങൾക്ക് ചന്ദ്രൻ സ്വയം പ്രകാശിക്കുന്നില്ലെന്നും സൂര്യപ്രകാശം പ്രതിഫലിപ്പിക്കുകയാണെന്നുമുള്ള ധാരണയുണ്ടായിരുന്നു. എ ഡി 825 നും 835 നും ഇടയിൽ ഹബാഷ് അൽ–ഹാസിബ് അൽ–മർവാസി എന്ന പേർഷ്യൻ ജ്യോതിശാസ്ത്രജ്ഞൻ ബാഗ്ദാദിലെ അൽ –ഷമ്മിസിയ്യാ വാനനിരീക്ഷണ കേന്ദ്രത്തിൽ വച്ച് ചന്ദ്രനെക്കുറിച്ച് നിരവധി പഠനങ്ങൾ നടത്തിയിട്ടുണ്ട്. അദ്ദേഹത്തിന്റെ പഠനങ്ങൾ പ്രധാനമായും ചന്ദ്രന്റെ വലിപ്പത്തെ സംബന്ധിച്ചായിരുന്നു. ചന്ദ്രന്റെ വ്യാസം 3037 കിലോമീറ്ററാണെന്നും ഭൂമിയിൽനിന്ന് ചന്ദ്രനിലേക്കുള്ള ദൂരം 3,46,345 കിലോമീറ്ററാണെന്നും അദ്ദേഹം കണ്ടുപിടിച്ചു. ആധുനിക കാലഘട്ടത്തിലെ അളവുകളുടെ തൊട്ടടുത്തുതന്നെയാണ് അദ്ദേഹത്തിന്റെ കണക്കുകൂട്ടലും എത്തി നിന്നത്. എ ഡി 1021 ൽ അൽ – ഹസൻ തന്റെ *ബുക്ക് ഓഫ് ഓപ്ടിക്സ്* എന്ന ഗ്രന്ഥത്തിൽ ഖഗോള വസ്തുക്കളുടെ ദൂരമളക്കുന്നതിന് ശാസ്ത്രീയമായ മാനദണ്ഡങ്ങൾ അവതരിപ്പിച്ചു. ചക്രവാളത്തിൽ സൂര്യനും ചന്ദ്രനും വലിപ്പക്കൂടുതലുള്ളതായി കാണുന്നതിന്റെ കാരണവും അദ്ദേഹമാണ് ആദ്യമായി വ്യാഖ്യാനിച്ചത്. എന്നാൽ അദ്ദേഹത്തിന്റെ കണ്ടെത്തലുകൾ പലപ്പോഴും ജ്യോതിശാസ്ത്രത്തിൽ തുടങ്ങി മനഃശാസ്ത്രത്തിൽ എത്തിച്ചേരുന്ന തരത്തിലായിരുന്നു ഉണ്ടായിരുന്നത്.

ദൂരദർശിനി കണ്ടുപിടിക്കുന്നതിനു മുമ്പുതന്നെ ചന്ദ്രൻ ഒരു ഗോളമാണെന്ന ധാരണ പൊതുവെ ഉണ്ടായിരുന്നു. എന്നാൽ അത് കുന്നുകളും ഗർത്തങ്ങളും നിറഞ്ഞ മരുപ്രദേശമാണെന്ന് ആരും അംഗീകരിച്ചുമില്ല. 1609 ൽ ഗലീലിയോ തന്റെ ദൂരദർശിനിയിലൂടെ കണ്ട ചാന്ദ്ര ദൃശ്യം *Sidereus Nuncius* എന്ന പുസ്തകത്തിൽ വരച്ചുചേർത്തിട്ടുണ്ട്. ഉല്ക്കാഗർത്തങ്ങളും കുന്നുകളും നിറഞ്ഞ പ്രദേശത്തിന്റെ ചിത്രങ്ങളായിരുന്നു അവയെല്ലാം. മിനുസമുള്ളതൊന്നും ആ ചിത്രങ്ങളിൽ ഉണ്ടായിരുന്നില്ല. പിന്നീട് 17-ാം നൂറ്റാണ്ടിൽ ജിയോവനി ബാറ്റിസ്റ്റയും, മരിയ ഗ്രിമാൾഡിയും ചേർന്നു തയ്യാറാക്കിയ മാപിലും ചാന്ദ്രഗർത്തങ്ങൾ അടയാളപ്പെടുത്തിയിട്ടുണ്ട്. അന്ന് അവർ നല്കിയ പേരുതന്നെയാണ് പല ചാന്ദ്രഗർത്തങ്ങൾക്കും ഇന്നും പറയുന്നത്. ഈ മാപിങ്ങിൽ ചന്ദ്രമുഖത്തുള്ള ഇരുഭാഗങ്ങൾക്ക് മരിയ (maria) എന്നും തെളിഞ്ഞഭാഗത്തിന് ടെറെ (terrae) എന്നുമാണ് പറയുന്നത്. ഇവ യഥാക്രമം കടൽ എന്നും ഭൂഖണ്ഡം എന്നുമാണ് അർത്ഥമാക്കുന്നത്.

പത്തൊമ്പതാം നൂറ്റാണ്ടിന്റെ ആദ്യ ദശകം മുതൽത്തന്നെ ചന്ദ്രൻ വാസയോഗ്യമാണെന്നും അവിടെ സസ്യങ്ങളും ജന്തുക്കളുമെല്ലാം ഉണ്ടാകുമെന്നും ജ്യോതിശാസ്ത്രജ്ഞർ വിശ്വസിച്ചിരുന്നു. ചാന്ദ്രമുഖത്തെ കലകൾക്ക് മനുഷ്യരുടെയും മുയലിന്റെയും പോത്തിന്റെയുമെല്ലാം രൂപം നല്കുന്നതിൽ വിവിധ സംസ്കാരങ്ങൾ അല്പംപോലും മടികാണിച്ചില്ല. എന്നാൽ ഇക്കാലയളവിൽ (1834–1836) വിൽഹെം ബിയറും, യൊഹാൻ ഹെന്റിച്ച് മഡ്‌ലറും ചേർന്ന് പ്രസിദ്ധീകരിച്ച *Mappa Selenographica* എന്ന നാലു വോള്യം പുസ്തകത്തിലും 1837 ൽ അവർ തന്നെ പ്രസിദ്ധീകരിച്ച *Der Mond* എന്ന ഗ്രന്ഥത്തിലും ചന്ദ്രനിൽ ജലമോ അന്തരീക്ഷമോ നിലനില്ക്കുന്നില്ലെന്ന് സ്ഥാപിച്ചു. അതോടുകൂടി ചാന്ദ്ര ജീവൻ എന്ന പരികല്പനയും ഏറക്കുറെ അവസാനിച്ചു.

അമേരിക്കയും സോവിയറ്റ് യൂണിയനും രണ്ടു വൻശക്തികളായി മാറിയതോടെ ലോകരാഷ്ട്രങ്ങളെ ഇരുചേരികളായി നിർത്തിയും കഴിയുന്നത്ര ഭൂപ്രദേശങ്ങളിൽ രാഷ്ട്രീയവും സാമ്പത്തികവും സൈനികവുമായുള്ള കടന്നുകയറ്റം ആരംഭിച്ച ശീതയുദ്ധകാലഘട്ടത്തിൽ ചന്ദ്രൻ വീണ്ടും ചർച്ചാവിഷയമായി. ഭൂമിക്കുപുറത്തേക്കും അധിനിവേശം വ്യാപിപ്പിക്കുന്നതിന്റെ ഭാഗമായി ചന്ദ്രനിൽ കൊടി നാട്ടുകയെന്ന ലക്ഷ്യത്തോടെയാണ് ഇരുരാഷ്ട്രങ്ങളും ചാന്ദ്രപര്യവേഷണങ്ങൾ ആരംഭിച്ചത്. തുടക്കത്തിൽ ചാന്ദ്ര പര്യവേഷണരംഗത്ത് സോവിയറ്റ് ആധിപത്യമാണ് ഉണ്ടായിരുന്നത്. ചന്ദ്രന്റെ ഭൂമിക്കഭിമുഖമായി വരാത്ത വശത്തിന്റെ ചിത്രമെടുത്ത് സോവിയറ്റ് യൂണിയൻ ഈ രംഗത്തുള്ള തങ്ങളുടെ മേധാവിത്തം അടിവരയിട്ടുറപ്പിച്ചു. 1959 ഒക്ടോബർ 7 ന് ലൂണ – 3 എന്ന ദൗത്യമാണ് ഈ അപൂർവ്വ ചിത്രങ്ങളെടുത്തത്. എന്നാൽ 1969 ജൂലൈ 21 ന് മനുഷ്യനെ ചന്ദ്രനിൽ ഇറക്കിയതോടെ ചാന്ദ്രപര്യവേഷണരംഗത്ത് സോവിയറ്റ് യൂണിയനുണ്ടായിരുന്ന എല്ലാ മേല്ക്കോയ്മയും അമേരിക്ക അവസാനിപ്പിച്ചു.

തുടർന്ന് അപ്പോളോ ദൗത്യങ്ങളുടെ ഒരു പരമ്പരതന്നെ അമേരിക്ക നടത്തി. 1969 മുതൽ 1972 വരെയുള്ള കാലത്ത് ആറു ദൗത്യങ്ങളിലായി 12 മനുഷ്യർ ചന്ദ്രനിൽ നടന്നു. ലൂണാർ റോവറുകൾ എന്ന വാഹനവും ചന്ദ്രനിൽ ഓടിച്ചു. ചാന്ദ്രശിലകൾ പരീക്ഷണങ്ങൾക്കായി ശേഖരിച്ചു. മറ്റൊരു രാജ്യത്തിനും ഇന്നുവരെ മനുഷ്യനെ ചന്ദ്രനിലെത്തിക്കാൻ കഴിഞ്ഞിട്ടില്ല. എന്നാൽ സോവിയറ്റ് യൂണിയന്റെ ലൂണ 16, 20, 24 ദൗത്യങ്ങൾ ചാന്ദ്രശിലകൾ ശേഖരിച്ചിട്ടുണ്ട്. 1965 നും 1976 നും ഇടയിൽ 65 മനുഷ്യനിർമ്മിത വാഹനങ്ങൾ ചന്ദ്രനിലെത്തിയിട്ടുണ്ട്. 1971 ൽ മാത്രം പത്തു വാഹനങ്ങൾ ചന്ദ്രനിലിറങ്ങിയിട്ടുണ്ട്. 1976 ലെ ലൂണ – 24 ദൗത്യത്തിനുശേഷം ചാന്ദ്ര പര്യവേഷണങ്ങൾ പെട്ടെന്ന് നിർത്തിവയ്ക്കുകയായിരുന്നു, സോവിയറ്റ് യൂണിയന്റെ നോട്ടം ശുക്രനിലേക്കും ബഹിരാകാശനിലയത്തിലേക്കും അമേരിക്കയുടെ ശ്രദ്ധ ചൊവ്വയിലേക്കും അതിനുമപ്പുറത്തേക്കും തിരിഞ്ഞതാണ് ഇതിന്റെ പ്രധാന കാരണം. സ്കൈലാബും, സ്പേസ്ഷട്ടിൽ പദ്ധതിയും അമേരിക്ക ആരംഭിച്ചതും ഇതിന്റെ മറ്റൊരു കാരണമാണ്.

1990 ൽ ജപ്പാൻ വിക്ഷേപിച്ച 'ഹിറ്റൻ' ബഹിരാകാശപേടകം ചന്ദ്രന്റെ ഭ്രമണപഥത്തിൽ പ്രവേശിച്ചെങ്കിലും യന്ത്രത്തകരാറ് കാരണം ദൗത്യം ഉപേക്ഷിക്കപ്പെട്ടു. പിന്നീട് 2007 സെപ്തംബറിൽ ജപ്പാൻ വിക്ഷേപിച്ച സെലിൻ സ്പേസ്ക്രാഫ്റ്റ് ചന്ദ്രനുചുറ്റും പ്രദക്ഷിണം വയ്ക്കുകയും ചന്ദ്രോല്പത്തിയെപ്പറ്റിയുള്ള തെളിവുകൾ ശേഖരിക്കുകയും ചെയ്തു. സെലിൻ വിക്ഷേപണ വിജയം ഭാവിയിലെ ചാന്ദ്രയാത്രകൾക്കുള്ള വഴി ഒരുക്കൽ കൂടിയായിരുന്നു. 2003 സെപ്തംബർ 27 ന് യൂറോപ്യൻ സ്പേസ് ഏജൻസി വിക്ഷേപിച്ച സ്മാർട്ട് – 1 എന്ന കൊച്ചു സ്പേസ്ക്രാഫ്റ്റ് ചന്ദ്രന്റെ ഭ്രമണപഥത്തിൽ പ്രവേശിച്ച് മൂന്നുവർഷക്കാലം തുടർച്ചയായി ചാന്ദ്രനിരീക്ഷണം നടത്തി. 2007 ഒക്ടോബർ 27 ന് ചൈന വിക്ഷേപിച്ച ചാങ് – 1 എന്ന റോബോർട്ട് നിയന്ത്രിത വാഹനം ചന്ദ്രനുചുറ്റും 16 മാസക്കാലം പ്രദക്ഷിണം വച്ച് വിവരങ്ങൾ ശേഖരിക്കുകയും ഒടുവിൽ 2009 മാർച്ച് ഒന്നിന് ചന്ദ്രോപരിതലത്തിൽ ഇടിച്ചിറക്കുകയും ചെയ്തു. തുടർന്ന് 2010 ഒക്ടോബറിൽ ചൈനയുടെ തന്നെ ചാങ് – 2 എന്ന ലൂണാർ ഓർബിറ്ററും വിക്ഷേപിക്കപ്പെട്ടു. 2008 ഒക്ടോബർ 22 നാണ് ഇന്ത്യയുടെ പ്രഥമ ചാന്ദ്ര ദൗത്യമായ ചാന്ദ്രയാൻ –1 വിക്ഷേപിക്കപ്പെടുന്നത്. 2008 നവംബർ 14 ന് ചന്ദ്രോപരിതലത്തിൽ ഇടിച്ചിറക്കിയ പേടകം ചാന്ദ്രമുഖത്തിന്റെ ത്രിമാന മാപിങ് നടത്തുകയും ചാന്ദ്രധൂളിയുടെ ധാതുഘടനയും മൂലകവിതരണവും കണ്ടെത്തുകയും ചെയ്തു. ചന്ദ്രോപരിതലത്തിലെ ജലാംശം കണ്ടെത്തുന്നതിനും ഈ ദൗത്യത്തിനു കഴിഞ്ഞു. ഇതിനിടെ 1994 ലും 1998 ലും 2009 ലും നാസ ചാന്ദ്രദൗത്യങ്ങൾ നടത്തിയിരുന്നു. ചന്ദ്രന്റെ മറുവശത്തിന്റെ പ്രത്യേകതകൾ പഠിക്കുന്നതിനായി 2011 ൽ നാസ വിക്ഷേപിച്ച ദൗത്യമാണ് ഗ്രെയ്ൽ. 2017 ൽ ഇന്ത്യയുടെ ചാന്ദ്രയാൻ – 2 വിക്ഷേപിക്കപ്പെട്ടു. 2020ൽ ജപ്പാൻ മനുഷ്യനെ ചന്ദ്രനിലിറക്കുമെന്നാണ് അവകാശപ്പെടുന്നത്. കൂടാതെ ചില സ്വകാര്യ സംരംഭകർക്കും ചാന്ദ്രയാത്രയിൽ താല്പര്യം ഉണ്ടാകുന്നുണ്ട്.

മാനവരാശിയുടെ വലിയ കുതിച്ചുചാട്ടം

മനുഷ്യന്റെ ആദ്യ ചാന്ദ്രസന്ദർശനം നടന്നത് 1969 ജൂലൈ 21 നാണ്. ഒരു മനുഷ്യനെ സംബന്ധിച്ചിടത്തോളം അതൊരു ചെറിയ കാൽവയ്പ് മാത്രമായിരുന്നെങ്കിലും മാനവരാശിക്ക് അതൊരു വലിയ കുതിച്ചുചാട്ട മായി. ആ ചരിത്ര നിമിഷത്തിന്റെ ഗ്രസിപ്പിക്കുന്ന ഓർമ്മയാണ് ഓരോ ചാന്ദ്രദിനത്തിലും ശാസ്ത്രലോകം പൊതുസമൂഹത്തിന് സമ്മാനിക്കു ന്നത്. സമയ മേഖലകളിലുള്ള അന്തരം കാരണം ഗ്രീനിച്ച് രേഖയുടെ കിഴക്കുള്ള രാജ്യങ്ങളിൽ ജൂലൈ 21 ന് ചാന്ദ്രദിനം ആഘോഷിക്കുമ്പോൾ പടിഞ്ഞാറൻ രാജ്യങ്ങളിൽ ചാന്ദ്രദിനം ജൂലൈ 20 ന് ആണ്.

ഏകദേശം 460 കോടി വർഷങ്ങൾക്കു മുമ്പാണ് ചന്ദ്രൻ രൂപം കൊണ്ട തെന്നു കരുതുന്നു. 3475 കിലോമീറ്റർ വ്യാസവും 10,917 കിലോമീറ്റർ ചുറ്റ ളവുമുള്ള ഈ ദ്രവ്യപിണ്ഡം ഭൂമിയുടെ ഏക സ്വാഭാവിക ഉപഗ്രഹമാണ്. ചന്ദ്രൻ, ഭൂമിയെപ്പോലെ തന്നെ ഒരു പൂർണ്ണഗോളമല്ല. മദ്ധ്യരേഖാ വ്യാസവും, ധ്രുവരേഖാവ്യാസവും തമ്മിൽ നാല് കിലോമീറ്ററിന്റെ വ്യത്യാ സമുണ്ട്.

ചന്ദ്രന് ഒരു ഇരുണ്ടവശമില്ല : ചന്ദ്രൻ സ്വയം ഭ്രമണത്തിനെടുക്കുന്ന സമയവും ഭൂമിയെ പ്രദക്ഷിണം ചെയ്യാനെടുക്കുന്ന സമയവും തുല്യ മായതുകൊണ്ട് ഭൂമിയിലെ നിരീക്ഷകന് ചന്ദ്രന്റെ ഒരു വശം മാത്രമേ കാണാൻ കഴിയൂ. എന്നാൽ ഭൂമിക്ക് അഭിമുഖമായി വരാത്ത മുഖം ഇരു ണ്ടതൊന്നുമല്ല. ഇരുവശങ്ങളിലും സൂര്യപ്രകാശം പതിക്കുന്നത് ഒരേ അള വിലാണ്.

ചന്ദ്രൻ ഭൂമിയിൽനിന്ന് അകന്നുപൊയ്ക്കൊണ്ടിരിക്കുകയാണ്: വർഷം തോറും 3.8 സെന്റിമീറ്റർ വീതം ചന്ദ്രനും ഭൂമിയും പരസ്പരം അകലുകയാണ്. 50 കോടി വർഷങ്ങൾ ഇവ പരസ്പരം അകന്നുകൊണ്ടി

രിക്കും. അതോടെ പൂർണ്ണ ഗ്രഹണങ്ങൾക്കും, ചാന്ദ്രമാസങ്ങൾക്കും പ്രസക്തി നഷ്ടപ്പെടും. ചന്ദ്രന്റെ ഇപ്പോഴുള്ള പരിക്രമണകാലമായ 27.3 ദിവസത്തിനു പകരം 47 ദിവസമായി മാറും.

ചന്ദ്രനിൽ ഭാരം കുറവാണ്: ഭൂമിയുടെ ഗുരുത്വബലത്തിന്റെ ആറിലൊന്നാണ് ചന്ദ്രന്റെ ഗുരുത്വാകർഷണ ബലം. അതുകൊണ്ടു തന്നെ ചന്ദ്രനിൽ ഒരു വസ്തുവിന്റെ ഭാരം അതിന് ഭൂമിയിലുള്ളതിന്റെ ആറിലൊന്നേ ഉണ്ടാകൂ. 60 കിലോഗ്രാം ഭാരമുള്ള ഒരാൾക്ക് ചന്ദ്രനിൽ 10 കിലോഗ്രാമായിരിക്കും ഭാരം.

ചന്ദ്രനിൽ നടന്നത് ഒരു ഡസൻ ആളുകൾ: ചന്ദ്രനിൽ ഇതുവരെ 12 പേർ എത്തിയിട്ടുണ്ട്. ആദ്യത്തെ ആൾ നീൽ ആംസ്ട്രോങ്. അവസാനത്തെയാൾ യൂജിൻ സെർനാൻ. 12 ബഹിരാകാശസഞ്ചാരികളും അമേരിക്കക്കാരാണ്. ഇതുവരെ സ്ത്രീകൾ ആരും ചന്ദ്രനിലെത്തിയിട്ടില്ല.

ചന്ദ്രനിൽ ശബ്ദം കേൾക്കില്ല : ഗുരുത്വാകർഷണ ബലം വളരെ കുറവായതുകൊണ്ട് ചന്ദ്രന് അന്തീക്ഷവാതകങ്ങളെ പിടിച്ചുനിർത്താൻ കഴിയില്ല. വായുവില്ലാത്തതുകൊണ്ട് ചന്ദ്രനിൽ ശബ്ദമുണ്ടാകില്ല. അതിഭീകരമാണ് ഈ അവസ്ഥ. അന്തരീക്ഷമില്ലാത്തതുകൊണ്ട് ആകാശം എപ്പോഴും കറുത്ത നിറത്തിലായിരിക്കും കാണപ്പെടുക. അതും ഭയാനകമായ ദൃശ്യമാണ്. കൂടാതെ സൗരവാതങ്ങളുടെയും കോസ്മിക് കിരണങ്ങളുടെയും ആക്രമണവും ഉല്ക്കാപതനങ്ങളും ചന്ദ്രനിൽ പതിവാണ്.

ലൂണയും മൂണും: 1959 ൽ സോവിയറ്റ് യൂണിയൻ വിക്ഷേപിച്ച ലൂണ –1 ആണ് ആദ്യ ചാന്ദ്രദൗത്യം. പേടകം ചന്ദ്രന്റെ 5995 കീലോമിറ്റർ അരികിലൂടെ കടന്നുപോയി. 1959 ൽ തന്നെ വിക്ഷേപിച്ച ലൂണ –2 ചന്ദ്രനിൽ ഇടിച്ചിറങ്ങി. 1966 ൽ വിക്ഷേപിച്ച ലൂണ–9 ആണ് വിജയകരമായി ചന്ദ്രനിലിറങ്ങിയ ആദ്യ ദൗത്യം.

ആദ്യ ദൗത്യം പരാജയം: മനുഷ്യനെയും വഹിച്ചുകൊണ്ടുള്ള ആദ്യ ചാന്ദ്രദൗത്യമായ അപ്പോളോ–8 പരാജയമായിരുന്നു. വിക്ഷേപിച്ച ഉടൻ പേടകം പൊട്ടിത്തെറിച്ച് മൂന്നു യാത്രികരും കൊല്ലപ്പെട്ടു.

ചന്ദ്രൻ ഒരു ചെറിയ ഉപഗ്രഹമല്ല: വലിപ്പത്തിലും ഭാരത്തിലും സൗരയൂഥത്തിലെ അഞ്ചാമത്തെ ഉപഗ്രഹമാണ് ചന്ദ്രൻ. ഒന്നാം സ്ഥാനം വ്യാഴത്തിന്റെ ഉപഗ്രഹമായ ഗാനിമീഡിനാണ്. സാന്ദ്രതയിൽ ചന്ദ്രന് രണ്ടാം സ്ഥാനമാണുള്ളത്. ഒന്നാമതുള്ളത് വ്യാഴത്തിന്റെ തന്നെ ഉപഗ്രഹമായ അയോ ആണ്.

ചന്ദ്രനിൽ അണുബോംബ് : 1950 കളിൽ ചന്ദ്രനിൽ അണുവിസ്ഫോടനം നടത്താൻ അമേരിക്ക പദ്ധതിയിട്ടിരുന്നു. **പ്രൊജക്ട് എ–119** എന്നു പേരിട്ട ഈ പദ്ധതി പിന്നീട് ഉപേക്ഷിക്കുകയായിരുന്നു.

ചാന്ദ്ര ചിത്രങ്ങളിൽ ആംസ്ട്രോങ് ഇല്ല : ചന്ദ്രോപരിതലത്തിൽ വച്ചെടുത്ത ചിത്രങ്ങളിലൊന്നും ആംസ്ട്രോങ് ഇല്ല. എല്ലാ ചിത്രങ്ങളും ആൽഡ്രിന്റേതാണ്. കാരണം ക്യാമറ ആംസ്ട്രോങ്ങിന്റെ പക്കലായിരുന്നു. ആൽഡ്രിന്റെ ഹെൽമറ്റിന്റെ വൈസറിൽ കാണുന്ന പ്രതിബിംബം

മാത്രമേ ആംസ്ട്രോങ്ങിന്റെ ചിത്രമായിട്ടുള്ളു.

അപ്പോളോ ദൗത്യത്തെ രക്ഷിച്ച പേന: ചാന്ദ്രപര്യവേഷണത്തിനൊടുവിൽ ലാൻഡറിന് ചന്ദ്രോപരിതലത്തിൽനിന്ന് പറന്നുയരാൻ സമയമായി. അപ്പോഴാണ് ഒരു സർക്യൂട്ട് ബ്രേക്കർ സ്വിച്ച് തകർന്നിരിക്കുന്നത് ആൽഡ്രിന്റെ ശ്രദ്ധയിൽപ്പെട്ടത്. ഉടൻതന്നെ കൈവശമുണ്ടായിരുന്ന പേന ഉപയോഗിച്ച് സർക്യൂട്ട് പൂർത്തിയാക്കിയതുകൊണ്ടാണ് പേടകത്തിന് ടേക്ക്-ഓഫ് ചെയ്യാൻ സാധിച്ചത്. അതിനു കഴിഞ്ഞില്ലെങ്കിൽ അപ്പോളോ-11 ദൗത്യം ഒരു ദുരന്തമായിത്തീർന്നേനെ.

ലോകത്തേറ്റവും ഏകാന്തത അനുഭവിച്ച മനുഷ്യൻ : അപ്പോളോ-11 ദൗത്യത്തിൽ ആംസ്ട്രോങ്ങും, ആൽഡ്രിനും ചന്ദ്രോപരിതലത്തിലിറങ്ങിയപ്പോൾ മൂന്നാമത്തെ യാത്രികൻ മാതൃപേടകത്തിൽ ചന്ദ്രനെ പ്രദക്ഷിണം ചെയ്യുകയായിരുന്നു. ലോകത്തേറ്റവും ഏകാന്തത അനുഭവിച്ച മനുഷ്യൻ എന്നായിരുന്നു മൈക്കൽ കോളിൻസിന്റെ ആത്മകഥയിൽ സ്വയം വിശേഷിപ്പിച്ചത്.

ആംസ്ട്രോങ്ങിന്റെ ഭാഗ്യം: സാഹസികനായ ഒരു സൈനികനായിരുന്നു നീൽ ആംസ്ട്രോങ്. കൊറിയൻ യുദ്ധത്തിൽ അദ്ദേഹം 78 തവണ യുദ്ധവിമാനം പറത്തിയിട്ടുണ്ട്. എക്സ്-15 എന്ന റോക്കറ്റ് പ്ലെയിൻ ഉപയോഗിച്ച് ശബ്ദത്തിന്റെ മൂന്നുമടങ്ങ് വേഗതയിൽ സഞ്ചരിക്കുമ്പോഴുണ്ടായ പൊട്ടിത്തെറിയിൽനിന്ന് അത്ഭുതകരമായാണ് ആംസ്ട്രോങ് രക്ഷപ്പെട്ടത്. അപ്പോളോ-11 പരീക്ഷണപ്പറക്കലിനിടയിലുണ്ടായ പൊട്ടിത്തെറിക്ക് സെക്കന്റുകൾ മുമ്പാണ് അദ്ദേഹത്തിന് പേടകത്തിൽനിന്ന് പുറത്തെത്താൻ കഴിഞ്ഞത്.

സംരക്ഷണ കവചത്തിൽ മൂന്നാഴ്ച: ചാന്ദ്രയാത്രയെത്തുടർന്ന് ഭൂമിയിൽ തിരിച്ചെത്തിയ യാത്രികർക്ക് ഉടൻതന്നെ പത്രസമ്മേളനം നടത്തുന്നതിനോ, പാർട്ടിയിൽ പങ്കെടുക്കുന്നതിനോ കഴിഞ്ഞില്ല. 21 ദിവസം അവർ പ്രത്യേകമായി തയ്യാറാക്കിയ സംരക്ഷണ കവചത്തിനുള്ളിലാണ് ചെലവഴിച്ചത്. ചന്ദ്രനിലുണ്ടാകാൻ ഇടയുള്ള ബാക്ടീരിയകൾ പോലെയുള്ള സൂക്ഷ്മ ജീവികൾ ചാന്ദ്രയാത്രികരോടൊപ്പം ഭൂമിയിലെത്തുന്നത് അത്യന്തം അപകടകരമാണ്. അത്തരം സൂക്ഷ്മ ജീവികൾക്കെതിരെയുള്ള ആന്റിബയോട്ടിക്കുകൾ നിർമ്മിക്കാൻ കഴിയുന്നതിനുമുമ്പ് അവ ഉല്പരിവർത്തനം സംഭവിച്ച് ഭൗമ ജീവന് ഭീഷണിയായി മാറിയേക്കാം എന്നതുകൊണ്ടാണ് ബഹിരാകാശ സഞ്ചാരികളെ മൂന്നാഴ്ച നിരീക്ഷണത്തിൽ നിർത്തിയത്.

ചന്ദ്രോപരിതലത്തിലെ കണ്ണാടി: ചന്ദ്രോപരിതലത്തിൽ വച്ചു നടത്തിയ പരീക്ഷണങ്ങളുടെ ഭാഗമായി ആംസ്ട്രോങ് അവിടെ ഒരു കണ്ണാടി സ്ഥാപിച്ചിരുന്നു. ചന്ദ്രൻ ഭൂമിയിൽനിന്ന് എത്രയകലെയാണുള്ളത് എന്ന് കൃത്യമായി കണ്ടുപിടിക്കാൻ ഈ കണ്ണാടിയിൽ തട്ടി പ്രതിഫലിക്കുന്ന ലേസറുകൾ സഹായിക്കുന്നുണ്ട്.

ആ പതാക പണ്ടേ മറിഞ്ഞുവീണു: അപ്പോളോ-11 ദൗത്യത്തിനൊടു

വിൽ ചന്ദ്രോപരിതലത്തിൽനിന്ന് ലാൻഡർ പറന്നുയർന്നപ്പോഴുണ്ടായ പൊടിയിലും വിറയലിലും അകപ്പെട്ട് ആംസ്ട്രോങ് സ്ഥാപിച്ച അമേരിക്കൻ ദേശീയ പതാക മറിഞ്ഞുവീഴുന്നത് ആൻഡ്രിൻ പേടകത്തിന്റെ കിളിവാതിലിലൂടെ ഒരു നോട്ടം കണ്ടു. എന്നാൽ രണ്ടാമതൊരുവട്ടം കൂടി കാണുന്നതിനോ, ദൃശ്യം സ്ഥിരീകരിക്കുന്നതിനോ ആൻഡ്രിനു കഴിഞ്ഞില്ല. അതെന്തായാലും പിന്നീടു നടന്ന ചാന്ദ്ര ദൗത്യങ്ങളിലെല്ലാം പതാക സ്ഥാപിച്ചത് ലാൻഡറിൽനിന്നും 100 അടി വിട്ടായിരുന്നു.

ആംസ്ട്രോങ്ങും റൈറ്റ് സഹോദരന്മാരും: വിമാനം കണ്ടുപിടിച്ച റൈറ്റ് സഹോദരന്മാരോടുള്ള ആദരസൂചകമായി അവർ പറത്തിയ ആദ്യവിമാനത്തിന്റെ ഒരു ചെറിയ കഷണം ആംസ്ട്രോങ് ചന്ദ്രനിൽ എത്തിക്കുകയും തിരിച്ചുകൊണ്ടുവരികയും ചെയ്തു. ഇത് കിറ്റി ഹാക്ക് മ്യൂസിയത്തിൽ സൂക്ഷിച്ചിട്ടുണ്ട്. കൂടാതെ ആംസ്ട്രോങ്ങും റൈറ്റ് സഹോദരന്മാരും ഓഹിയോ സ്വദേശികളായിരുന്നു.

14 നിലകെട്ടിടത്തിന്റെ ഉയരമുള്ള റോക്കറ്റ്: അപ്പോളോ–11 ദൗത്യത്തിന്റെ വിക്ഷേപണ വാഹനമായ സാറ്റേൺ–5 ഇന്നുവരെ നിർമ്മിച്ചിട്ടുള്ളതിൽ വച്ച് ഏറ്റവും വലുതും ശക്തവുമായ റോക്കറ്റാണ്. 14 നില കെട്ടിടത്തിന്റെ ഉയരമുണ്ടായിരുന്നു ഈ റോക്കറ്റിന്. ഈ റോക്കറ്റുപയോഗിച്ച് 13 വിക്ഷേപണങ്ങൾ നടത്തിയിട്ടുണ്ട്. ഒന്നുപോലും പരാജയപ്പെട്ടിട്ടില്ല.

ആൽഡ്രിന്റെ കുർബ്ബാന സ്വീകരണം: പേടകം ചന്ദ്രോപരിതലത്തിൽ ഇറങ്ങിയ ഉടൻ ആൽഡ്രിൻ തന്റെ കത്തോലിക്കാ മതവിശ്വാസത്തിന്റെ ഭാഗമായി ഭൂമിയിൽ നിന്നുകൊണ്ടുവന്ന കുർബ്ബാന ഭക്ഷിച്ചു. എന്നാൽ ആംസ്ട്രോങ്ങിന് ഇതൊരു തമാശയായാണ് തോന്നിയത്.

ആംസ്ട്രോങ്ങിന്റെ മനോധൈര്യം: ലാൻഡിങ്ങിന് തൊട്ടുമുമ്പ് പേടകത്തിലെ കമ്പ്യൂട്ടറിലുണ്ടായ തകരാറുകാരണം മുൻകൂട്ടി നിശ്ചയിച്ച സ്ഥലത്ത് പേടകമിറക്കാൻ കഴിഞ്ഞില്ല. അപകട ഘട്ടങ്ങളിൽ ഉണർന്നു പ്രവർത്തിക്കുന്നതിനുള്ള ആംസ്ട്രോങ്ങിന്റെ ശേഷി ഇവിടെയും പരീക്ഷിക്കപ്പെട്ടു. കമ്പ്യൂട്ടറിന്റെ പ്രവർത്തനം നിർത്തിവച്ച് ആംസ്ട്രോങ് മാനുവ ലായി പേടകത്തെ നിലത്തിറക്കുകയായിരുന്നു. ഈ സമയം പേടകത്തിലവശേഷിച്ചത് വെറും 23 സെക്കന്റ് പറക്കുന്നതിനുള്ള ഇന്ധനം മാത്രമായിരുന്നു. ആംസ്ട്രോങ് അത്തരമൊരു നീക്കം നടത്തിയിരുന്നില്ലെങ്കിൽ അപ്പോളോ–11 ദൗത്യത്തിന്റെ ചരിത്രം മറ്റൊന്നായേനെ.

ന്യൂയോർക്ക് ടൈംസിന്റെ തെറ്റും തിരുത്തും: അപ്പോളോ–11 ദൗത്യം ഒരു നാടകമാണെന്നാണ് *ന്യൂയോർക്ക് ടൈംസ്* ആദ്യമെഴുതിയത്. ബഹിരാകാശ പേടകത്തിലെ ഖര ഇന്ധനം കത്തുന്നതിന് ഓക്സിജൻ ആവശ്യമുണ്ടെന്നും ചന്ദ്രന്റെ അന്തരീക്ഷത്തിൽ ഓക്സിജൻ ഇല്ലാത്തതുകൊണ്ട് പേടകത്തിന് ഒരിക്കലും ചന്ദ്രോപരിതലത്തിൽനിന്ന് പറന്നുയരാൻ കഴിയില്ലെന്നുമാണ് വാർത്ത വന്നത്. എന്നാൽ അധികം താമസിയാതെ തെറ്റു മനസ്സിലാക്കിയ പത്രം അതുതിരുത്തി.

ചാന്ദ്രയാത്രികരുടെ അപകടമരണം മുൻകൂട്ടിക്കണ്ട് തയ്യാറാക്കിയ പത്രവാർത്ത അപ്പോളോ–11 ദൗത്യം പരാജയമായാൽ മാധ്യമങ്ങൾക്കു കൊടുക്കേണ്ട വാർത്ത പ്രസിഡന്റ് നിക്സന്റ് മുൻകൂട്ടി തയ്യാറാക്കിയിരുന്നു. അതിപ്രകാരമാണ്.

July 18,1969

IN EVENT OF MOON DISASTER

Fate has ordained that the men who went to the moon to explore in peace will stay on the moon to rest in peace

These brave men, Neil Armtsrong and Edwin Aldrin, know that there is no hope for their recovery. But they also know that there is hope for mankind in their sacrifice.

ലാൻഡറിന്റെ വാതിൽ അടച്ചിരുന്നില്ല: ലാൻഡറിന്റെ വാതിൽ തുറന്നു കിടന്നാൽ ഉള്ളിലെ താപം ക്രമേണ നഷ്ടപ്പെടുമെന്ന് യാത്രികർക്ക് അറിയാമായിരുന്നെങ്കിലും അത് അടച്ചിട്ടാൽ അകത്തും പുറത്തുമുള്ള മർദ്ദവ്യത്യാസം കാരണം പിന്നീട് വാതിൽ തുറക്കാൻ കഴിയാതെ വന്നാലുള്ള അപകടം മുൻകൂട്ടിക്കണ്ട ആൻഡ്രിൻ ലാൻഡറിന്റെ വാതിൽ പൂർണ്ണമായി അടച്ചിരുന്നില്ല.

ചാന്ദ്ര ധൂളി വെടിമരുന്നുപോലെ: തണുത്ത് മഞ്ഞുപോലെ നേർത്തതാണ് ചാന്ദ്രധൂളി അതിന്റെ ഗന്ധം വെടിമരുന്നിന് സമാനമാണെന്നാണ് ബഹിരാകാശസഞ്ചാരികൾ പറയുന്നത്. ഉല്ക്കാപതനങ്ങൾ വഴി സൃഷ്ടിക്കപ്പെട്ട സിലിക്കൺ ഡയോക്സൈഡാണ് ചാന്ദ്രധൂളിയിലെ പ്രധാന ഘടകം.

ചന്ദ്രൻ

ഭ്രമണപഥത്തിന്റെ ചുറ്റളവ്	: 2,413,402 കി മീ
ഉപഭൂ (Apogee)	: 3,63,104 കി മീ
അപഭൂ (perigee)	: 4,05,696 കി മീ
പരിക്രമണ സമയം	: 27.32 ദിവസം
പരിക്രമണ വേഗത	: 1.022 കി മീ/സെക്കന്റ്
ഭ്രമണ പഥത്തിന്റെ ചരിവ്	: 5.14 ഡിഗ്രി
മദ്ധ്യരേഖാ വ്യാസം	: 3,476.2 കി മീ
ധ്രുവ രേഖാ വ്യാസം	: 3,472.0 കി മീ
ഉപരിതല വിസ്തീർണ്ണം	: 3.79×10^7 ച. കി മീ
വ്യാപ്തം	: 2.1958×10^{10} ഘ കി മീ
പിണ്ഡം	: 7.3477×10^{22} കി ഗ്രാം.
സാന്ദ്രത	: 3346.2 കി ഗ്രാം./ ഘനമീറ്റർ
ഗുരുത്വാകർഷണം	: 1.622 മീ/സെക്കന്റ്
പലായന പ്രവേഗം	: 2.38 കി മീ/സെ
ഭ്രമണ സമയം	: 27.32 ദിവസം

ഭ്രമണ വേഗം	:	16.655 കി മീ/മണിക്കൂർ	
ദൃശ്യ കാന്തികമാനം	:	−12.74	
ഉപരിതല താപനില	:	40 കെൽവിൻ – 396 കെൽവിൻ	
മണ്ണിന്റെ ഘടന	:	ഓക്സിജൻ	42.6%
	:	മഗ്നീഷ്യം	20.8%
	:	സിലിക്കൺ	20.5%
	:	ഇരുമ്പ്	9.9%
	:	കാത്സ്യം	2.31%
	:	അലുമിനിയം	2.04%
	:	നിക്കൽ	0.472%
	:	ക്രോമിയം	0.314%
	:	മാംഗനീസ്	0.131 %
അന്തരീക്ഷ ഘടന	:	ഹീലിയം	25%
	:	നിയോൺ	25%
	:	ഹൈഡ്രജൻ	23%
	:	ആർഗൺ	20%
	:	മീഥേൻ, കാർബൺ ഡയോക്സൈഡ്	
അന്തരീക്ഷ മർദ്ദം	:	3 $*10^{-13}$ kPa	

അമ്പിളിമാമനെ തൊട്ടവർ

പേര്	ദൗത്യം	കാലഘട്ടം
1. നീൽ ആംസ്ട്രോങ്	അപ്പോളോ 11	1969 ജൂലൈ 21
2. ബുസ് ആൽഡ്രിൻ	അപ്പോളോ 11	1969 ജൂലൈ 21
3. പീറ്റ് കോൺറാഡ്	അപ്പോളോ 12	1969 നവംബർ 19–20
4. അലൻ ബീൻ	അപ്പോളോ 12	1969 നവംബർ 19–20
5. അലൻ ഷെപ്പേർഡ്	അപ്പോളോ 14	1971 ഫെബ്രുവരി 5–6
6. എഡ്ഗാർ മിച്ചൽ	അപ്പോളോ 14	1971 ഫെബ്രുവരി 5–6
7. ഡേവിഡ് സ്കോട്ട്	അപ്പോളോ 15	1971 ജൂലൈ 31 ആഗസ്ത് 1
8. ജെയിംസ് ഇർവിൻ	അപ്പോളോ 15	1971 ജൂലൈ 31 ആഗസ്ത് 1
9. ജോൺ യങ്	അപ്പോളോ 16	1972 ഏപ്രിൽ 21–23
10. ചാൾസ് ഡ്യൂക്ക്	അപ്പോളോ 16	1972 ഏപ്രിൽ 21–23
11. യൂജിൻ സെർനാൻ	അപ്പോളോ 17	1972 ഡിസംബർ 11–14
12. ഹാരിസൺ ഷ്മിറ്റ്	അപ്പോളോ 17	1972 ഡിസംബർ 11–14

മരിയയും ടെറേയും

ഭൂമിയിൽനിന്ന് നഗ്നനേത്രങ്ങൾകൊണ്ട് വീക്ഷിക്കുമ്പോൾ ദൃശ്യമാകുന്ന കറുത്ത പാടുകളാണ് മരിയ. ലാറ്റിൻ ഭാഷയിൽ കടൽ എന്നാണിവാക്കിന്റെ അർത്ഥം. പുരാതനകാലത്തെ വാനനിരീക്ഷകർ ഇവ ചന്ദ്രനിലെ കടലുകളാണെന്നാണ് കരുതിയത്. പ്രാചീനകാലത്ത് ബസാൾട്ട് ലാവകൾ ഉറച്ചുണ്ടായ സമതലങ്ങളാണ് അവയെന്ന് ഇന്ന് നിലവിൽ അറിയുന്ന കാര്യമാണ്. ചന്ദ്രോപരിതലത്തിൽ ഉല്ക്കാപതനം വഴിയുണ്ടായ ഗർത്തങ്ങളിൽ ബസാൾട്ട് ലാവ ഒഴുകിയിറങ്ങി രൂപപ്പെട്ടവയാണ് ഇവയിൽ ഭൂരിഭാഗവും. ചന്ദ്രോപരിതലത്തിലെ തെളിഞ്ഞ ഭാഗങ്ങളാണ് ടെറേ എന്നറിയപ്പെടുന്നത്. കറുത്ത പാടുകളായി കാണുന്ന മരിയയേക്കാൾ താരതമ്യേന ഉയർന്ന തലങ്ങളാണ് അവ. ചന്ദ്രോപരിതലത്തിൽ ഭൂമിയുടെ സമീപവശത്തുള്ള പ്രധാന പർവ്വതനിരകളെല്ലാം ഉല്ക്കാപതനം മൂലമുണ്ടായ ഗർത്തങ്ങളുടെ വശങ്ങളിലാണ് നിലകൊള്ളുന്നത്. ഇവ ബസാൾട്ട് ഗർത്തങ്ങളുടെ അവശേഷിക്കുന്ന അതിരുകളാണെന്നാണ് വിശ്വസിക്കുന്നത്. ഭൂമിയിലേതുപോലെയുള്ള ടെക്ടോണിക് പ്രവർത്തനങ്ങളുടെ ഫലമായല്ല ചന്ദ്രനിൽ പർവ്വതങ്ങൾ രൂപപ്പെട്ടതെന്നാണ് അനുമാനിക്കുന്നത്.

ചന്ദ്രന്റെ പുറന്തോടിനു മുകളിലായി ഒരു പുതപ്പുപോലെ, ഉരുണ്ട ഗോലിപോലെയുള്ള പാറക്കഷണങ്ങളുടെ ഒരു ആവരണമുണ്ട്. റിഗോലിത്ത് എന്നാണിത് അറിയപ്പെടുന്നത്. ലക്ഷക്കണക്കിന് വർഷങ്ങളായി പതിച്ച ഉല്ക്കാക്കഷണങ്ങളാണിവ. റിഗോലിത്തിനേക്കാൾ കട്ടികൂടിയതാണ് മെഗാ റിഗോലിത്ത്. ചന്ദ്രോപരിതലത്തിലെ പൊടി തൊടുമ്പോൾ മഞ്ഞുപോലെയാണ് അനുഭവപ്പെടുന്നത് എന്നാണ് ബഹിരാകാശ സഞ്ചാരികൾ പറയുന്നത്. ഗന്ധം വെടിമരുന്നിന് സമാനവും. ഉല്ക്കാപതനങ്ങളിൽനിന്ന് പുറന്തള്ളപ്പെട്ട സിലിക്കൺ ഡയോക്സൈഡാണ് പൊടിയിലെ

പ്രധാനഘടകം. കൂടാതെ കാത്സ്യം, മഗ്നീഷ്യം എന്നിവയും അടങ്ങിയിട്ടുണ്ട്.

വളരെക്കാലമായി ഒരുപാട് ഉല്ക്കാശകലങ്ങളും വാൽനക്ഷത്രങ്ങളും ചന്ദ്രനിൽ പതിച്ചിട്ടുണ്ട്. ഇവയിൽ ചിലതിലെല്ലാം ജലത്തിന്റെ അംശവുണ്ടായിരുന്നു. സൂര്യപ്രകാശം അതിനെ ഘടകമൂലകങ്ങളായ ഓക്സിജനും ഹൈഡ്രജനുമായി വിഘടിപ്പിക്കുന്നു. ചന്ദ്രന്റെ താഴ്ന്ന ഗുരുത്വാകർഷണബലം കാരണം ഈ രണ്ടു മൂലകങ്ങളും ഉടൻതന്നെ ബഹിരാകാശത്തേക്ക് പുറന്തള്ളപ്പെടും. എന്നാൽ ധ്രുവമേഖലകളിലെ ഗർത്തങ്ങളിൽ സൂര്യപ്രകാശം എത്തിപ്പെടാത്ത ഭാഗത്ത് ജലം എത്തുകയാണെങ്കിൽ അത് കൂടുതൽക്കാലം അവിടെ സ്ഥിരമായി നില്ക്കാൻ സാദ്ധ്യതയുണ്ട്. ദക്ഷിണ ധ്രുവത്തിലെ ഇത്തരം ഗർത്തങ്ങളെ ക്ലമന്റൈൻ ദൗത്യം മാപ് ചെയ്തിട്ടുണ്ട്. 14,000 ചതുരശ്രകിലോമീറ്ററോളം ഭാഗം ഇങ്ങനെ സൂര്യപ്രകാശമെത്താത്തതായി ഉണ്ടാകുമെന്ന് കമ്പ്യൂട്ടർ സിമുലേഷനുകൾ കാണിക്കുന്നു. ഖരാവസ്ഥയിലുള്ള ജലം നിലനില്ക്കുന്ന ചെറിയ ഭാഗങ്ങൾ ഉപരിതലത്തിന്റെ തൊട്ടുതാഴെയായി ഉണ്ടെന്നാണ് റഡാർ പരീക്ഷണങ്ങൾ കാണിച്ചത്. ധ്രുവപ്രദേശങ്ങളിലെ റിഗോലിത്തിൽ ഹൈഡ്രജന്റെ അളവ് വളരെയധികമാണെന്നാണ് ലൂണാർ പ്രോസ്പെക്ടർ ദൗത്യത്തിന്റെ ന്യൂട്രോൺ സ്പെക്ട്രോമീറ്റർ കണ്ടെത്തിയത്. ഒരു ഘനകിലോമീറ്ററോളം ജലം ചന്ദ്രനിലുണ്ടെന്ന് കണക്കാക്കപ്പെട്ടു. ഉപയോഗ യോഗ്യമായ ജലമുണ്ടാവുക എന്നത് ചന്ദ്രനിൽ മനുഷ്യർ താമസമുറപ്പിക്കണമെങ്കിൽ അത്യാവശ്യമാണ്. ഭൂമിയിൽനിന്ന് ജലം കൊണ്ടുപോവുകയെന്നത് പ്രായോഗികമല്ല. എന്നാൽ അരേസിബോ ദൂരദർശിനി ഉപയോഗിച്ചുനടത്തിയ പഠനം സൂചിപ്പിക്കുന്നത് ക്ലമന്റൈൻ ദൗത്യം കണക്കാക്കിയ റഡാർ നിരീക്ഷണഫലങ്ങൾ യഥാർത്ഥത്തിൽ പ്രായംകുറഞ്ഞ ഗർത്തങ്ങളിൽനിന്ന് പാറകൾ ഉത്സർജ്ജിക്കുന്നതാവാമെന്നാണ്. അതിനാൽ ചന്ദ്രനിൽ യഥാർത്ഥത്തിൽ എത്ര ജലമുണ്ട് എന്ന ചോദ്യത്തിന് ഇനിയും ഉത്തരമായിട്ടില്ല. മുൻപ് കരുതിയിരുന്നതിലും അധികം ജലം ചന്ദ്രോപരിതലത്തിലുണ്ടെന്ന് ഇന്ത്യയുടെ ചാന്ദ്രയാൻ ദൗത്യം കണ്ടെത്തിയിട്ടുണ്ട്.

ചാന്ദ്രഘടന

ക്രസ്റ്റ്, മാന്റിൽ, കോർ എന്നിങ്ങനെ മൂന്ന് ഭാഗങ്ങളാണ് ചന്ദ്രന്റെ ആന്തരഘടനയിലുള്ളത്. ചന്ദ്രന്റെ ഉല്പത്തിക്ക് കുറച്ചുകാലത്തിനുശേഷം മാഗ്മസമുദ്രത്തിന്റെ ക്രിസ്റ്റലീകരണം വഴിയാണ് ഈ ഘടനയുണ്ടായതെന്ന് അനുമാനിക്കപ്പെടുന്നു. ഏകദേശം 440 കോടി വർഷങ്ങൾക്കു മുമ്പായിരുന്നു ഇത്. ചന്ദ്രന്റെ ബാഹ്യഭാഗങ്ങളെ ഉരുക്കി മാഗ്മ നിർമ്മിക്കാനുള്ള ഊർജ്ജം ലഭ്യമായത് ഭൂമിയുമായി ഉണ്ടായ കൂട്ടിയിടിയിൽ നിന്നാണ്. സിലിക്കേറ്റ് ധാതുക്കളാൽ സമ്പന്നമായ മാന്റിലും പ്ലാജിയോക്ലെയ്സ് വിഭാഗത്തിലെ ധാതുക്കൾ നിറഞ്ഞക്രസ്റ്റും ഇങ്ങനെയുണ്ടായതാണ്. അനോൾത്തസൈറ്റ് ധാതു നിറഞ്ഞതാണ് ക്രസ്റ്റ് എന്ന കണ്ടെ

ത്തൽ മാഗ്മ സമുദ്ര പരികല്പനയ്ക്ക് ഉപോൽബലകമാണ്. ഓക്സിജൻ, സിലിക്കൺ, മഗ്നീഷ്യം, ഇരുമ്പ്, കാത്സ്യം, അലുമിനിയം എന്നിവയാണ് ക്രസ്റ്റിലെ പ്രധാന മൂലകങ്ങൾ. ക്രസ്റ്റിന്റെ ആഴം ഏകദേശം 50 കിലോമീറ്ററാണ്.

മാന്റിലിനുള്ളിൽ ഭാഗികമായി ഉരുകിയ ബസാൾട്ട് അഗ്നിപർവ്വത സ്ഫോടനങ്ങളിലൂടെ ചന്ദ്രോപരിതലത്തിൽ എത്തിയിട്ടുണ്ട്. ഒലിവിൻ, ഓർത്തോപൈറോക്സിൻ, ക്ലീനോപൈറോക്സിൻ എന്നീ ധാതുക്കൾ കൂടുതലായി അടങ്ങിയതും ഭൂമിയുടെ മാന്റിലിനേക്കാൾ ഇരുമ്പിന്റെ അംശം കൂടുതലുള്ളതുമാണ് ചന്ദ്രന്റെ മാന്റിൽ എന്നാണ് ബസാൾട്ട് പഠനത്തിൽനിന്ന് മനസ്സിലാവുന്നത്. ഇൽമനൈറ്റ് രൂപത്തിൽ ഉയർന്ന അളവിൽ ടൈറ്റാനിയമുള്ള ബസാൾട്ട് പാറകളും ചന്ദ്രോപരിതലത്തിൽ കണ്ടെത്തിയിട്ടുള്ളതിൽനിന്ന് ഏകജാതീയമല്ല മാന്റിൽ എന്നും ഊഹിക്കുന്നു. ഉപരിതലത്തിന് ആയിരം കിലോമീറ്ററോളം താഴെ മാന്റിലിൽ ചാന്ദ്രകമ്പനങ്ങൾ ഉണ്ടാകുന്നതായി കണ്ടെത്തിയിട്ടുണ്ട്. ഇടവിട്ടിടവിട്ടുണ്ടാകുന്ന ചാന്ദ്രകമ്പനങ്ങൾക്കു കാരണം ഭൂമിയുടെ ടൈഡൽ ബലങ്ങളാണ്.

വ്യാഴത്തിന്റെ ഉപഗ്രഹമായ 'അയോ' കഴിഞ്ഞാൽ സൗരയൂഥത്തിൽ ഏറ്റവും സാന്ദ്രതയുള്ള ഉപഗ്രഹം ചന്ദ്രനാണ്. എങ്കിലും ചന്ദ്രന്റെ കോർ വളരെ ചെറുതാണ്. 700 കിലോമീറ്ററിൽ കുറഞ്ഞ വ്യാസമേ ചന്ദ്രന്റെ കോറിനുള്ളൂവെന്നതിന് തെളിവുകളുണ്ട്. ചന്ദ്രന്റെ 20 ശതമാനം മാത്രമേ ഇതു വരൂ. എന്നാൽ മറ്റു ഗോളങ്ങളുടെ കാര്യത്തിൽ ഇത് 50 ശതമാനത്തോളമാണ്. കൃത്യമായി മനസ്സിലാക്കാൻ കഴിഞ്ഞിട്ടില്ല. എങ്കിലും സൾഫർ, നിക്കൽ എന്നിവയുടെ അംശങ്ങളുള്ള ഇരുമ്പുകൊണ്ടാണ് കോർ നിർമ്മിച്ചിരിക്കുന്നത് എന്നാണ് അനുമാനിക്കുന്നത്. ചന്ദ്രന്റെ സ്ഥിരമല്ലാത്ത പരിക്രമണ സമയത്തിൽനിന്ന് കോർ ഭാഗികമായെങ്കിലും ദ്രവാവസ്ഥയിലാണെന്നു മനസ്സിലാക്കാം.

പരിക്രമണം ചെയ്യുന്ന ബഹിരാകാശ യാനങ്ങളിൽ നിന്നുള്ള റേഡിയോ തരംഗങ്ങളുടെ ട്രാക്കിങ് വഴി ചന്ദ്രന്റെ ഗുരുത്വമണ്ഡലം അളക്കാൻ സാധിച്ചിട്ടുണ്ട്. ഡോപ്ലർ പ്രഭാവമുപയോഗിച്ചാണ് ഈ പഠനം നടത്തുന്നത്. റേഡിയോ തരംഗത്തിന്റെ ആവൃത്തിയിൽ വരുന്ന ചെറിയ മാറ്റങ്ങളിൽനിന്നും ഭൂമിയിലെ ഒരു സ്റ്റേഷനിലേക്കുള്ള ബഹിരാകാശവാഹനത്തിന്റെ ദൂരത്തിൽനിന്നും ബഹിരാകാശവാഹനത്തിന്റെ ത്വരണം എത്രയുണ്ടെന്ന് കണക്കുകൂട്ടുന്നു. ചന്ദ്രന്റെ ഒരു വശം മാത്രമേ ഭൂമിയിൽനിന്ന് കാണാൻകഴിയൂ എന്നതിനാൽ ദൂരപക്ഷവശത്തെ ഗുരുത്വാകർഷണ മണ്ഡലത്തെക്കുറിച്ച് അത്ര വ്യക്തമായ ധാരണകളൊന്നുമില്ല.

ചന്ദ്രന്റെ ഗുരുത്വാകർഷണ മണ്ഡലത്തിന്റെ പ്രധാന സവിശേഷത വലിയ ഗർത്തങ്ങളോടനുബന്ധിച്ച് ഗുരുത്വാകർഷണ മണ്ഡലത്തിലുണ്ടാകുന്ന വർദ്ധനവാണ്. ഈ വർദ്ധനകൾ മാസ്കോണുകൾ എന്നാണറിയപ്പെടുന്നത്. ബഹിരാകാശ വാഹനത്തിന്റെ ചന്ദ്രനു ചുറ്റുമുള്ള പരിക്രമണത്തിൽ ഇവ വലിയ സ്വാധീനം ചെലുത്തുന്നു. അതിനാൽ മനുഷ്യനെ

വഹിക്കുന്നതും അല്ലാത്തതുമായ ബഹിരാകാശ വാഹനങ്ങൾ വിക്ഷേപിക്കുമ്പോൾ ഗുരുത്വാകർഷണ മണ്ഡലത്തിലെ മാറ്റങ്ങളെക്കുറിച്ച് വ്യക്തമായ ധാരണയുണ്ടായിരിക്കണം. സാന്ദ്രതയേറിയ ബസാൾട്ട് അടങ്ങിയ ലാവ, ഗർത്തങ്ങളിൽ ഘനീഭവിച്ചതാണ് മാസ്കോണുകൾക്ക് കാരണമെന്ന് കരുതപ്പെടുന്നു. എന്നാൽ ക്രസ്റ്റ് – മാന്റിൽ പ്രതലത്തിന്റെ ഉയർച്ച പരിഗണിക്കാതെ ലാവ മാത്രം ഉപയോഗിച്ച് ഗുരുത്വാകർഷണ മണ്ഡലത്തിലെ വ്യത്യാസങ്ങൾ പൂർണ്ണമായി വിശദീകരിക്കാൻ കഴിയില്ല. കാരണം ബസാൾട്ട് സാന്നിദ്ധ്യമില്ലാത്ത മാസ്കോണുകളുമുണ്ടെന്ന് കണ്ടെത്തിയിട്ടുണ്ട്.

ചന്ദ്രന്റെ കാന്തികക്ഷേത്രം

ഭൂമിയെ അപേക്ഷിച്ച് ചന്ദ്രന്റെ കാന്തിക ക്ഷേത്രം വളരെ ദുർബ്ബലമാണ്. ഒന്നുമുതൽ നൂറുവരെ നാനോ ടെസ്ലയാണ് ചന്ദ്രന്റെ കാന്തിക ക്ഷേത്രത്തിന്റെ ശക്തി. ഇത് ഭൂമിയുടെ കാന്തികക്ഷേത്രത്തിന്റെ നൂറിലൊരു ഭാഗത്തിലും കുറവാണ്. മറ്റൊരു പ്രധാനവ്യത്യാസം ചന്ദ്രന് കോറിലെ ജിയോഡൈനമോ മൂലമുണ്ടാകുന്ന രീതിയിലുള്ള ഇരട്ടധ്രുവ കാന്തിക ക്ഷേത്രമില്ല എന്നതാണ്. ചന്ദ്രന്റെ കാന്തികക്ഷേത്രം ഏകദേശം പൂർണ്ണമായും ക്രസ്റ്റിലാണ് ഉത്ഭവിക്കുന്നത്. ആദ്യകാലത്ത് ജിയോഡൈനമോ പ്രവർത്തനക്ഷമമായിരുന്നപ്പോൾ അതിൽനിന്നും ക്രസ്റ്റ് കാന്തികത നേടിയതാണെന്നാണ് ഒരു സിദ്ധാന്തം. എന്നാൽ കോറിന്റെ വലിപ്പക്കുറവ് ഈ പരികല്പനയ്ക്ക് വിലങ്ങുതടിയാണ്. ചന്ദ്രനിൽ അന്തരീക്ഷമില്ലാത്തതുകൊണ്ട് ഭീമൻ ഉല്ക്കാപതനങ്ങളുടെ ഫലമായി കാന്തികക്ഷേത്രം സൃഷ്ടിക്കപ്പെട്ടതാണ് എന്നതാണ് മറ്റൊരുവാദം. ഗർത്തങ്ങളുടെ ആന്റിപോഡുകളിലാണ് ക്രസ്റ്റിൽ കാന്തികത കൂടുതൽ എന്നത് ഈ പരികല്പനയ്ക്ക് തെളിവായി ഉയർത്തിക്കാണിക്കുന്നു. ഉല്ക്കകളുടെയും മറ്റും കൂട്ടിയിടിയിൽ പുറന്തള്ളപ്പെടുന്ന പ്ലാസ്മയാണ് ഈ പ്രതിഭാസത്തിന് കാരണം എന്ന് ഈ സിദ്ധാന്തം വിശദീകരിക്കുന്നു.

ചന്ദ്രനിൽ അന്തരീക്ഷം നാമമാത്രമാണ്. അന്തരീക്ഷവാതകങ്ങൾ ആകെ 10 ടണ്ണിൽ താഴെമാത്രമേ വരൂ. ചന്ദ്രന്റെ അന്തരീക്ഷത്തിലെ പ്രധാന ഭാഗവും ക്രസ്റ്റിലും മാന്റിലിലും നടക്കുന്ന റേഡിയോ ആക്ടീവ് പ്രക്രിയകളിൽനിന്നും പുറന്തള്ളപ്പെടുന്ന ഹീലിയം, റഡോൺ തുടങ്ങിയ വാതകങ്ങളാണ്. ചെറിയ ഉല്ക്കകൾ, സൗരവാതത്തിലെ അയോണുകൾ, സൂര്യപ്രകാശം എന്നിവ ചന്ദ്രോപരിതലത്തിൽ പതിക്കുന്നതുമൂലമുണ്ടാകുന്നതാണ് മറ്റൊരു ഭാഗം. സ്പട്ടറിങ് എന്നാണീ പ്രക്രിയ അറിയ

പ്പെടുന്നത്. സ്പട്ടറിങ് മൂലമുണ്ടാകുന്ന വാതകങ്ങൾ ഗുരുത്വാകർഷണം മൂലം റിഗോലിത്തിലേക്ക് തിരിച്ചുപോവുകയോ സൂര്യനിൽനിന്നുള്ള റേഡിയേഷൻ മർദ്ദമോ, സൗരവാതങ്ങളിലെ കാന്തികമണ്ഡലമോ കാരണം ബഹിരാകാശത്തേക്ക് നീക്കം ചെയ്യപ്പെടുകയോ സംഭവിക്കാം. ചന്ദ്രന്റെ അന്തരീക്ഷത്തിലെ സോഡിയം, പൊട്ടാസ്യം എന്നിവയുടെ സാന്നിദ്ധ്യം ഭൂമിയിൽനിന്നും വർണ്ണരാജി വിശകലനം വഴിയും, റാഡോൺ –222, പൊളോണിയം – 210 എന്നിവയുടെ സാന്നിദ്ധ്യം ആൽഫാ പാർട്ടിക്കിൾ സ്പെക്ട്രോ മീറ്റർ ഉപയോഗിച്ചും കണ്ടെത്തിയിട്ടുണ്ട്. ആർഗൺ – 40, ഹീലിയം –4, ഓക്സിജൻ, മീഥേൻ, കാർബൺ മോണോക്സൈഡ്, നൈട്രജൻ, കാർബൺ ഡയോക്സൈഡ് എന്നിവയുടെ സാന്നിദ്ധ്യം കണ്ടെത്തിയത് ചന്ദ്രനിൽ വച്ച് പരീക്ഷണം നടത്തിയ അപ്പോളോ യാത്രികരാണ്.

ഗ്രഹണങ്ങൾ

സൂര്യൻ, ചന്ദ്രൻ, ഭൂമി എന്നിവ നേർരേഖയിൽ വരുമ്പോഴാണ് ഗ്രഹണം എന്ന പ്രതിഭാസം സംഭവിക്കുന്നത്. ചന്ദ്രഗ്രഹണം പൗർണ്ണമി ദിനത്തിലും സൂര്യഗ്രഹണം അമാവാസി ദിനത്തിലും മാത്രമേ സംഭവിക്കുകയുള്ളൂ. സൂര്യനും ചന്ദ്രനുമിടയിൽ ഭൂമി വരുമ്പോൾ ഭൂമിയുടെ നിഴൽ ചന്ദ്രനിൽ പതിക്കുന്നതാണ് ചന്ദ്രഗ്രഹണം. ചന്ദ്രൻ, ഭൂമിയുടെയും സൂര്യന്റെയും ഇടയിൽ വരുമ്പോൾ ചന്ദ്രന്റെ നിഴൽ ഭൂമിയിൽ പതിക്കുന്നതാണ് സൂര്യഗ്രഹണം. രണ്ടു ഗ്രഹണങ്ങളിലും പൂർണ്ണഗ്രഹണവും ഭാഗിക ഗ്രഹണവും നടക്കാറുണ്ട്. ചന്ദ്രന്റെ പ്രദക്ഷിണപഥം ക്രാന്തിവൃത്തത്തിന് അഞ്ച് ഡിഗ്രി ചരിവോടുകൂടിയതിനാൽ എല്ലാ പൗർണ്ണമിയിലും അമാവാസിയിലും ഗ്രഹണങ്ങൾ നടക്കുന്നില്ല. രണ്ടുഭ്രമണപഥങ്ങളും കൂടിച്ചേരുന്ന രണ്ടു ബിന്ദുക്കളിൽ ഒന്നിനടുത്ത് ചന്ദ്രൻ എത്തുമ്പോൾ മാത്രമേ ഗ്രഹണം നടക്കുകയുള്ളൂ. ഗ്രഹണങ്ങളുടെ ആവർത്തനം സാരോസ്ചക്രമുപയോഗിച്ച് വിശദീകരിക്കാം. 18 വർഷവും 11 ദിവസവും 8 മണിക്കൂറും ദൈർഘ്യമുള്ള കാലയളവാണ് സാരോസ് ചക്രം. സൂര്യചന്ദ്രന്മാരുടെ കോണീയ വ്യാസങ്ങൾ ഏകദേശം തുല്യമായതിനാലാണ് സൂര്യഗ്രഹണസമയത്ത് സൂര്യൻ പൂർണ്ണമായി മറയ്ക്കപ്പെടുന്ന തരം ഗ്രഹണങ്ങളുണ്ടാകുന്നത്. ഭൗമ – ചാന്ദ്രവ്യവസ്ഥയുടെ പരിണാമത്തിന്റെ ഫലമായി ചന്ദ്രൻ ഭൂമിയിൽനിന്ന് അകന്നുപോകുന്നതോടെ ഇതിന് മാറ്റം വരും. അതിനുശേഷം പൂർണ്ണ സൂര്യഗ്രഹണമുണ്ടാകില്ല. ഭാഗിക ഗ്രഹണങ്ങളും, വലയഗ്രഹണങ്ങളും മാത്രമേ ഉണ്ടാവുകയുള്ളൂ.

ചാന്ദ്ര നിരീക്ഷണം

പൗർണ്ണമിസമയത്ത് ചന്ദ്രന്റെ ദൃശ്യകാന്തികമാനം –12.6 ആണ്. എന്നാൽ ചന്ദ്രബിംബത്തിന്റെ പകുതി കാണാൻ കഴിയുന്ന അവസ്ഥയിൽ പ്രകാശതീവ്രത പൂർണ്ണചന്ദ്രന്റെ പകുതിയല്ല, ഏകദേശം പത്തിലൊ

ന്നോളമേ വരൂ. ചന്ദ്രന്റെ പരുക്കൻ പ്രതലങ്ങളിൽനിന്ന് കൂടുതൽ പ്രകാശം പ്രതിഫലിക്കുക പ്രകാശ സ്രോതസ്സിന്റെ ദിശയിലാണ്. പൗർണ്ണമി സമയത്ത് പ്രകാശ സ്രോതസ്സായ സൂര്യന്റെ ദിശയിലാണ് ഭൂമി എന്നതിനാൽ ഭൂമിയിലെ നിരീക്ഷകന് ചന്ദ്രബിംബം വളരെയേറെ പ്രകാശിതമായി അനുഭവപ്പെടുന്നു. എന്നാൽ മറ്റുസമയങ്ങളിൽ ചന്ദ്രനിലെ ഉയർച്ചത്താഴ്ചകൾ ചന്ദ്രോപരിതലത്തിൽ നിഴലുകൾ തീർക്കുന്നതിനാൽ മങ്ങിയതായും കാണുന്നു.

ചക്രവാളത്തിനടുത്തായിരിക്കുമ്പോൾ ചന്ദ്രബിംബം കൂടുതൽ വലുതായി അനുഭവപ്പെടുന്നു. ഇത് യഥാർത്ഥത്തിൽ ഒരു മായികാനുഭവമാണ്. ചക്രവാളത്തിനടുത്തായിരിക്കുമ്പോൾ നിരീക്ഷകനിൽനിന്ന് ചന്ദ്രനിലേക്കുള്ള ദൂരം കൂടുതലായിരിക്കും എന്നതിനാൽ ചന്ദ്രന്റെ കോണീയ വ്യാസം 1.5 ശതമാനത്തോളം കുറയുകയാണുണ്ടാകുന്നത്. അപവർത്തനം മൂലം ഈ വലിപ്പം അല്പം വർദ്ധിക്കുന്നു. എന്നാൽ നമ്മുടെ മസ്തിഷ്കം ദൃശ്യങ്ങളെ മനസ്സിലാക്കുന്ന രീതിമൂലമാണ് ചന്ദ്രൻ വളരെ വലുതായി അനുഭവപ്പെടുന്നത്.

വളരെ പ്രകാശമുള്ള വസ്തുവായി അനുഭവപ്പെടുന്നുവെങ്കിലും ചന്ദ്രൻ പ്രതിഫലിപ്പിക്കുന്ന പ്രകാശത്തിന്റെ ശതമാനം വളരെകുറവാണ്. വളരെ കുറവെന്നുപറഞ്ഞാൽ വെറും ഏഴ് ശതമാനം മാത്രം. കൽക്കരിയുടെ പ്രതിഫലനശേഷിക്ക് തുല്യമാണിത്. എന്നാൽ ചന്ദ്രൻ ഒരു പൂർണ്ണ പ്രതിഫലകമല്ലാത്തതുകൊണ്ട് അത് സൂര്യന്റെ ദിശയിൽ 12 ശതമാനം പ്രകാശം പ്രതിഫലിപ്പിക്കുന്നുണ്ട്. പൗർണ്ണമിയിൽ ചന്ദ്രന്റെ വശങ്ങൾ കേന്ദ്രഭാഗത്തെപ്പോലെ പ്രകാശിതമാകുന്നതിനും ഇത് കാരണമാകുന്നുണ്ട്. ഇതിനു പുറമെ കറുത്ത ആകാശവും ചന്ദ്രൻ വളരെയേറെ പ്രകാശമുള്ള വസ്തുവാണെന്ന പ്രതീതിയുണ്ടാക്കുന്നുണ്ട്. സൂര്യപ്രകാശം പ്രതിഫലിപ്പിക്കുന്ന ഭാഗമാണ് ഏറ്റവും പ്രകാശിതമായി കാണുന്നതെങ്കിലും മറ്റുഭാഗങ്ങളും മങ്ങിയവെളിച്ചത്തിൽ ചിലപ്പോൾ ദൃശ്യമാകാറുണ്ട്. ഭൂമിയിൽനിന്ന് പ്രതിഫലിക്കുന്ന സൂര്യപ്രകാശം ചന്ദ്രനിൽനിന്ന് വീണ്ടും പ്രതിഫലിച്ച് ഭൂമിയിലെത്തുന്നതുകൊണ്ടാണിത് സംഭവിക്കുന്നത്. 'പ്ലാനറ്റ് ഷൈൻ' എന്നറിയപ്പെടുന്ന ഈ പ്രതിഭാസം അമാവാസിയോടടുത്ത ദിവസങ്ങളിലാണ് കൂടുതലായി അനുഭവപ്പെടുന്നത്.

അപ്പോളോ പദ്ധതി

ചാന്ദ്രപര്യവേഷണവും പര്യടനവും ലക്ഷ്യമാക്കി യു എസ് ആസൂത്രണം ചെയ്ത ബഹിരാകാശപദ്ധതിയാണ് അപ്പോളോ ദൗത്യങ്ങൾ. യവനപുരാണത്തിലെ സൂര്യദേവനായ അപ്പോളോയെ അവലംബിച്ചാണ് ഐതിഹാസികമായ യാത്രാപദ്ധതിക്ക് അപ്പോളോ പദ്ധതി എന്നു പേരിട്ടത്. അപ്പോളോ ബഹിരാകാശ പേടകവും സാറ്റേൺ റോക്കറ്റുമാണ് ഈ യാത്രകൾക്ക് ഉപയോഗിച്ചത്.

ഐസക് ന്യൂട്ടന്റെ ഗുരുത്വാകർഷണ തത്ത്വം അനുസരിച്ച് തന്നെ ചാന്ദ്രയാത്ര സാദ്ധ്യമാണെന്ന് ശാസ്ത്രജ്ഞർ കരുതിയിരുന്നു. ചന്ദ്രൻ ഭൂമിയെ പ്രദക്ഷിണം വയ്ക്കുന്നു. ഭൂമിയും ചന്ദ്രനും പരസ്പരം ആകർഷിക്കുന്നു. ചന്ദ്രന്റെ ഗതിവേഗവും ഗുരുത്വാകർഷണവും തമ്മിൽ ഒരു സന്തുലിതാവസ്ഥ നിലനില്ക്കുന്നു. ഈ ശക്തികളെ അതിലംഘിക്കുക എന്നതാണ് ചാന്ദ്രയാത്ര സാധിക്കാനുള്ള മാർഗ്ഗം. ഭൂമിയുടെ ആകർഷണത്തെ മറികടന്ന് ചന്ദ്രന്റെ ആകർഷണ മേഖലയിൽ പ്രവേശിക്കുകയാണ് ആദ്യഘട്ടം. തുടർന്ന് ചന്ദ്രന്റെ ആകർഷണംകൊണ്ടു മാത്രം ചന്ദ്രനിൽ ഇറങ്ങാൻ കഴിയും. പക്ഷേ, വേഗത നിയന്ത്രിച്ചില്ലെങ്കിൽ വാഹനം കുത്തനെ ചന്ദ്രനിൽ ചെന്നിടിക്കും. ഈ നിയന്ത്രണം സാധിക്കുന്നത് റോക്കറ്റുകളുടെ സഹായത്താലാണ്.

യു എസ് പ്രസിഡന്റ് ഐസനോവറിന്റെ കാലത്താണ് അപ്പോളോ പദ്ധതിയുടെ പ്രാഥമിക രൂപരേഖ തയ്യാറാക്കപ്പെട്ടത്. മനുഷ്യ നിയന്ത്രിത ബഹിരാകാശ പദ്ധതികളായ മെർക്കുറി, ജെമിനി എന്നിവയുടെ തുടർച്ചയെന്ന നിലയ്ക്കാണ് അപ്പോളോ പദ്ധതി ആവിഷ്കരിക്കപ്പെട്ടത്. 1960 കളിൽ തന്നെ മനുഷ്യനെ ചന്ദ്രനിൽ എത്തിക്കുക എന്ന ലക്ഷ്യത്തോടെ അപ്പോളോ പദ്ധതി പ്രസിഡന്റ് കെന്നഡി പുനഃസംവിധാനം ചെയ്തു.

ചന്ദ്രനെയും ചാന്ദ്രമണ്ഡലത്തെയുംകുറിച്ച് മെർക്കുറി, ജെമിനി ദൗത്യങ്ങൾ, സോവിയറ്റ് യൂണിയന്റെ ലൂണാപദ്ധതി തുടങ്ങിയവ നല്കിയ അറിവുകൾ അടിസ്ഥാനമാക്കി പ്രതികൂല ഘടകങ്ങളെ അതിജീവിക്കാൻ സാധിക്കുന്ന വിധത്തിലാണ് അപ്പോളോ വാഹനങ്ങൾ രൂപകല്പന ചെയ്തത്.

അപ്പോളോ വാഹനം

അപ്പോളോ വാഹനത്തിന് മൂന്ന് ഭാഗങ്ങളുണ്ട്.

1. മാതൃപേടകം (Command Module)
2. സാധന സാമഗ്രികൾ നിറച്ച പേടകം (Service Module)
3. ചാന്ദ്രപേടകം (Lunar Module)

യാത്രയുടെ ഭൂരിഭാഗവും മൂന്നുസഞ്ചാരികളും ഒരുമിച്ച് മാതൃപേടകത്തിൽ കഴിയുന്നു. അതിൽ ഓഫീസ് മുറിയും കിടക്കമുറിയും ഊണുമുറിയും കുളിമുറിയും മറ്റും സജ്ജീകരിച്ചിരിക്കും. മാതൃപേടകവും ഭൂമിയിലെ ഗ്രൗണ്ട് സ്റ്റേഷനും തമ്മിൽ നിരന്തരം സമ്പർക്കം പുലർത്തുന്നു. യാത്രയുടെ ആരംഭത്തിൽ സർവ്വീസ് മൊഡ്യൂൾ മാതൃപേടകത്തോട് ചേർത്തു ഘടിപ്പിച്ചിരിക്കും. സർവ്വീസ് മൊഡ്യൂളിലാണ് റോക്കറ്റ് ഇന്ധവും സഞ്ചാരികൾക്കാവശ്യമായ ഭക്ഷണ സാധനങ്ങളും സംഭരിച്ചു വയ്ക്കുന്നത്. മൂന്നാമത്തെ ഭാഗമായ ചാന്ദ്രപേടകം സർവ്വീസ് മൊഡ്യൂളിന്റെ അടിയിലായിട്ടാണ് യാത്രയുടെ ആരംഭത്തിൽ ഘടിപ്പിച്ചു വയ്ക്കുന്നത്. യാത്രാമദ്ധ്യത്തിൽ ചാന്ദ്രപേടകം സർവ്വീസ് മൊഡ്യൂളിന് മുകളിലായി മാതൃപേടകത്തോടു ചേർത്തു വയ്ക്കും. ചാന്ദ്രമണ്ഡലത്തിൽ വച്ച് ചാന്ദ്രപേടകം മാതൃപേടകത്തിൽനിന്നും വേർപെട്ട് ചാന്ദ്രപ്രതലത്തിലേക്ക് യാത്ര ചെയ്യും. ചാന്ദ്രപേടകത്തിന് രണ്ടു ഭാഗങ്ങളുണ്ട്. ആരോഹണ ഭാഗവും അവരോഹണഭാഗവും. രണ്ടും ഒന്നിച്ച് ചന്ദ്രോപരിതലത്തിൽ ഇറങ്ങുന്നു. അവരോഹണഭാഗം പ്രവർത്തിപ്പിച്ചാണ് ചാന്ദ്രപ്രതലത്തിൽ ഇറങ്ങുന്നത്. ആരോഹണ ഭാഗത്താണ് രണ്ടു സഞ്ചാരികൾ നില്ക്കുന്നത്. ചാന്ദ്രപേടകം വേർപെട്ടതിനുശേഷം മാതൃപേടകം ചന്ദ്രനെ പ്രദക്ഷിണം വച്ചുകൊണ്ടിരിക്കും. ചാന്ദ്രപേടകത്തിലെ സഞ്ചാരികൾ വെളിയിലിറങ്ങി നിർദ്ദിഷ്ട പരീക്ഷണങ്ങൾ നടത്തി, തിരിച്ചു പേടകത്തിൽ കയറി അവരോഹണ ഭാഗം ഒരു വിക്ഷേപണത്തട്ടായി ഉപയോഗിച്ച്, ആരോഹണഭാഗത്തിൽ മുകളിലേക്ക് പറന്ന് മാതൃപേടകവുമായി സന്ധിക്കുന്നു. അവരോഹണ ഭാഗം ചാന്ദ്രപ്രതലത്തിൽ ഉപേക്ഷിച്ചു കളയുകയാണ് പതിവ്. മാതൃപേടകവും ചാന്ദ്രപേടകവും തമ്മിൽ ചേർക്കുകയും വേർപെടുത്തുകയും ചെയ്യാനുള്ള സജ്ജീകരണങ്ങളുണ്ട്. മാതൃപേടകം മാത്രമാണ് തിരികെ വന്ന് സമുദ്രത്തിൽ ഇറങ്ങുന്നത്. വഴിയിൽ വെച്ച് സർവ്വീസ് മൊഡ്യൂൾ ഉപേക്ഷിച്ച് ഭാരക്കുറവ് വരുത്തുന്നു. നിശ്ചിത വേഗം കൈവരുത്തി ഭൂമിയുടെ സമീപം എത്തിയാൽ പിന്നെ സർവ്വീസ് മൊഡ്യൂളിന്റെ ആവശ്യമില്ല.

അപ്പോളോ യാത്രകൾ

അപ്പോളോ 1 മുതൽ 6 വരെ

ആദ്യത്തെ അപ്പോളോ വാഹനം 1967 ജനുവരി 27 ന് പ്രയാണ സജ്ജമായി. 14 ദിവസം ബഹിരാകാശത്തിൽ ഭൂമിയെ ചുറ്റിപ്പറക്കാനാണ് അപ്പോളോ 1 തയ്യാറാക്കിയത്. വെർജ്ജിൻ ഗ്രിസം, എഡ്വേർഡ് വൈറ്റ്, റോജർ ഷാഫി എന്നിവർ കയറിയ അപ്പോളോ വാഹനം പരീക്ഷണത്തിനിടയിൽ തീപിടിച്ചതുകൊണ്ട് ലക്ഷ്യം നേടാതെ മൂന്നുയാത്രികരും കൊല്ലപ്പെട്ടു. വൈദ്യുത ബന്ധങ്ങൾക്കു നേരിട്ട തകരാറുകളാണ് ഈ ദുരന്തത്തിനു കാരണമായത്. തുടർന്നു നടന്ന മൂന്ന് അപ്പോളോ ദൗത്യങ്ങളിലും മനുഷ്യർ കയറിയിരുന്നില്ല. അപ്പോളോ 4 (1967 നവംബർ 9) മാതൃപേടകം, എഞ്ചിനുകളും സാറ്റേൺ 5 റോക്കറ്റും പരീക്ഷിക്കുന്നതിനായി പറന്നു. അപ്പോളോ 5 (1968 ജനുവരി 22) ബഹിരാകാശത്ത് ചാന്ദ്രപേടകത്തിന്റെ ആരോഹണ അവരോഹണങ്ങൾ പരീക്ഷണവിധേയമാക്കി. അപ്പോളോ 6 (1968 ഏപ്രിൽ 4) അപ്പോളോ വാഹനത്തിന്റെ പ്രവർത്തനം പൂർണ്ണമായി നിരീക്ഷണ വിധേയമാക്കി. ഈ പരീക്ഷണ പറക്കലുകളിൽ നേരിട്ട പ്രയാസങ്ങൾ പരിഹരിച്ചുകൊണ്ട് 1968 ഒക്ടോബർ 11 ന് അപ്പോളോ പദ്ധതിയിൽ മനുഷ്യനെയും വഹിച്ചുകൊണ്ടുള്ള ബഹിരാകാശപേടകം യാത്രതിരിച്ചു.

അപ്പോളോ 7

1968 ഒക്ടോബർ 11 ന് അപ്പോളോ 7 ബഹിരാകാശത്തേക്ക് യാത്ര തിരിച്ചു. യാത്രികരായ വാൾട്ടർ എം ഷിറാ ജൂനിയർ, ഡോൺ എഫ്, ഐസൽ, റോണി വാൾട്ടർ കണ്ണിങ്ഹാം എന്നിവർ 11 ദിവസം ബഹിരാ

കാശയാത്ര നടത്തിയശേഷം ഒക്ടോബർ 22 ന് അറ്റ്ലാന്റിക് സമുദ്രത്തിൽ സുരക്ഷിതമായി ഇറങ്ങി . വാഹനവും അതിലെ യാത്രക്കാരും ബഹിരാകാശത്തിൽ എങ്ങനെ പ്രവർത്തിക്കുമെന്ന് മനസ്സിലാക്കുകയായിരുന്നു അപ്പോളോ 7 ന്റെ മുഖ്യ ലക്ഷ്യം.

അപ്പോളോ 8

അപ്പോളോ വാഹനം ഭൂമിയുടെ ആകർഷണത്തിൽനിന്ന് അകന്ന് ചാന്ദ്രമണ്ഡലത്തിൽ എത്തുമ്പോൾ എങ്ങനെ പ്രവർത്തിക്കുമെന്ന് പരീക്ഷിക്കുന്നതിനായി അപ്പോളോ 8 വിക്ഷേപിക്കപ്പെട്ടു. 1968 ഡിസംബർ 21 ന് ഫ്രാങ്ക് ബോർമ്മാൻ, ജെയിംസ് ലോവൽ, വില്യം ആൻഡേഴ്സ് എന്നിവർ ഇതിൽ ചന്ദ്രനിലേക്ക് യാത്ര തിരിച്ചു. അപ്പോളോ 8 ചന്ദ്രനിൽനിന്ന് 112 കിലോമീറ്റർ ദൂരത്തിൽ പറന്ന് വിവിധ ചാന്ദ്രമേഖലകളുടെ ചിത്രങ്ങളെടുത്ത് ഭൂമിയിലേക്കയച്ചു. ചന്ദ്രനെ 10 തവണ പ്രദക്ഷിണം വച്ച ശേഷം ഡിസംബർ 27 ന് ചാന്ദ്രയാത്രികർ ഭൂമിയിൽ തിരിച്ചെത്തി.

അപ്പോളോ 9

ചന്ദ്രനിൽ ഇറങ്ങാനുള്ള വാഹനം ഭൂമിയുടെ ആകർഷണമണ്ഡലത്തിൽ വെച്ചും ചന്ദ്രന്റെ ആകർഷണമണ്ഡലത്തിൽവെച്ചും പരീക്ഷിച്ചുനോക്കുന്നതിനുള്ള ദൗത്യമായ അപ്പോളോ 9, 1969 മാർച്ച് 3 ന് പുറപ്പെട്ടു. ജെയിംസ് എ മക്ഡവിറ്റ്, ഡേവിഡ് സ്കോട്ട്, റസ്സൽ ഷ്വൈക്കാർട്ട് എന്നിവരാണ് ഇതിൽ യാത്രചെയ്തത്. ഭൂമിയുടെ ആകർഷണ പരിധിയിൽവെച്ച് ചാന്ദ്രപേടകം മാതൃപേടകത്തിൽനിന്ന് വേർപെടുത്തി. പിന്നീട് ഇവ പുനഃസന്ധിച്ച ശേഷം മാർച്ച് 13 ന് അറ്റ്ലാന്റിക് സമുദ്രത്തിൽ ഇറങ്ങി.

അപ്പോളോ 10

സന്ധിക്കലും വേർപെടലും ചന്ദ്രന്റെ ആകർഷണ വലയത്തിൽ വെച്ച് പരീക്ഷിച്ചു നോക്കാനായി 1969 മെയ് 18 ന് അപ്പോളോ 10 ചാന്ദ്രമണ്ഡലത്തിലേക്ക് യാത്രതിരിച്ചു. തോമസ് പി സ്റ്റാഫോർഡ്, യൂജിൻ സെർനാൻ, ജോൺ യങ് എന്നിവരായിരുന്നു യാത്രികർ. ചന്ദ്രോപരിതലത്തിൽനിന്നും 15 കിലോമീറ്റർ ഉയരത്തിൽ പറന്ന പേടകം അപ്പോളോ 11 ഇറങ്ങേണ്ട പ്രദേശത്തിന്റെ ചിത്രങ്ങളെടുത്തു. മെയ് 26 ന് പേടകം ഭൂമിയിൽ തിരിച്ചെത്തി.

അപ്പോളോ 11

മനുഷ്യനെ ആദ്യമായി ചന്ദ്രനിൽ ഇറക്കിയ ബഹിരാകാശ ദൗത്യമായിരുന്നു അപ്പോളോ 11. ശീതയുദ്ധകാലത്തെ ബഹിരാകാശമത്സരങ്ങളിൽ അമേരിക്ക നേടിയ വിജയമായി ഈ ദൗത്യം വിലയിരുത്തപ്പെട്ടു.

1969 ജൂലൈ 16 ന് ഫ്ളോറിഡയിൽനിന്നും വിക്ഷേപിക്കപ്പെട്ട ദൗത്യത്തിൽ നീൽ ആംസ്ട്രോങ്, എഡ്വിൻ ആൽഡ്രിൻ, മൈക്കൽ കോളിൻസ് എന്നിവരായിരുന്നു യാത്രികർ. ഈഗിൾ എന്ന ചാന്ദ്രപേടകത്തിൽ ജൂലൈ 20ന് ആംസ്ട്രോങ്, ആൽഡ്രിൻ എന്നിവർ ചന്ദ്രനിൽ കാലുകുത്തി. പ്രശാന്തിയുടെ സമുദ്രം എന്ന സ്ഥലത്താണ് അവർ ഇറങ്ങിയത്. 21 മണിക്കൂറും 31 മിനിട്ടും അവർ ചന്ദ്രോപരിതലത്തിൽ ചെലവഴിച്ചു. ഈ സമയമത്രയും കൊളംബിയ എന്ന നിയന്ത്രണ പേടകത്തിൽ കോളിൻസ് ചന്ദ്രനെ പ്രദക്ഷിണം വച്ചുകൊണ്ടിരുന്നു. ജൂലൈ 24 ന് മൂവരും ഭൂമിയിൽ തിരിച്ചെത്തി.

അപ്പോളോ 12

1969 നവംബർ 14 ന് യാത്രതിരിച്ചു. റിച്ചാർഡ് ഗോർഡൻ, അലൻ എം ബീൻ, ചാൾസ് കോൺറാഡ് ജൂനിയർ എന്നിവരായിരുന്നു യാത്രികർ. ചന്ദ്രനിലെ 'കൊടുങ്കാറ്റുകളുടെ കടൽ' എന്നു പേരിട്ട സ്ഥലത്താണ് ചാന്ദ്ര പേടകം ഇറക്കിയത്. 1967 ഏപ്രിൽ മാസത്തിൽ ചന്ദ്രനിലിറങ്ങിയ സർവ്വേയർ 3 എന്ന പേടകത്തിലെ ക്യാമറയും മറ്റു ചില ഭാഗങ്ങളും അഴിച്ചെടുത്തു കൊണ്ടുവന്നു. ചന്ദ്രനിലെ പരിസ്ഥിതി അവയെ എങ്ങനെ ബാധിക്കുന്നു എന്നു പരിശോധിക്കുകയായിരുന്നു ഉദ്ദേശ്യം. അപ്പോളോ 12 നവംബർ 24 ന് ഭൂമിയിൽ തിരിച്ചെത്തി.

അപ്പോളോ 13

1970 ഏപ്രിൽ 11 ന് ജെയിംസ് എ ലോവൽ, ഫ്രെഡ് ഹോയ്സ്, ജോൺ എൽ സിഗെർട്ട് എന്നീ യാത്രികർ അപ്പോളോ 13 ൽ യാത്രതിരിച്ചു. ചന്ദ്രനിലേക്കുള്ള യാത്രാമദ്ധ്യേ ഏപ്രിൽ 14 ന് ഓക്സിജൻ ടാങ്കിൽ ഉണ്ടായ സ്ഫോടനം നിമിത്തം അപ്പോളോ 13 അപകടത്തിലായി. അപ്പോളോ 13 ദൗത്യം പരാജയപ്പെട്ടുവെങ്കിലും സഞ്ചാരികളെ ജീവനോടെ തിരിച്ചെത്തിക്കുവാൻ കഴിഞ്ഞു. ചന്ദ്രനെ ഭ്രമണം ചെയ്ത് തിരികെ വന്ന പേടകം ഏപ്രിൽ 17 ന് ശാന്തസമുദ്രത്തിൽ ഇറങ്ങി.

അപ്പോളോ 14

1971 ജനുവരി 31 ന് യാത്ര തിരിച്ച അപ്പോളോ 14 ൽ അലൻ ഷെപ്പേർഡ്, സ്റ്റുവർട്ട് റൂസാ, എഡ്ഗാർ മിച്ചേൽ എന്നിവരായിരുന്നു യാത്രികർ. ഫെബ്രവരി 5 ന് പേടകം ചന്ദ്രനിലെ ഒരു കുന്നിൻപ്പുറത്തിറങ്ങി. ചന്ദ്രന്റെ ഉത്ഭവ ചരിത്രത്തിലേക്ക് വെളിച്ചം വീശുന്ന പല വസ്തുക്കളും അപ്പോളോ 14 ന് കണ്ടെത്താൻ കഴിഞ്ഞു. ചന്ദ്രനിൽനിന്ന് 46 കോടി വർഷം പ്രായമുള്ള പാറകൾ ഭൂമിയിലേക്ക് കൊണ്ടുവന്നു. ഫെബ്രുവരി 9 ന് അപ്പോളോ 14 ശാന്തസമുദ്രത്തിൽ സുരക്ഷിതമായി ഇറങ്ങി.

അപ്പോളോ 15

1971 ജൂലൈ 26 ന് അപ്പോളോ 15 യാത്രതിരിച്ചു. ഡേവിഡ് സ്കോട്ട്, ജെയിംസ് ഇർവിൻ, ആൽഫ്രഡ് വോർഡൻ എന്നിവരായിരുന്നു യാത്രികർ. ആദ്യമായി ചന്ദ്രോപരിതലത്തിൽ മൂൺ റോവർ എന്നൊരു വാഹനം ഓടിക്കാൻ കഴിഞ്ഞതാണ് ഈ യാത്രയിലെ പ്രധാന നേട്ടം. ആഗസ്ത് 7 ന് അപ്പോളോ 15 സുരക്ഷിതമായി ശാന്തസമുദ്രത്തിൽ ഇറങ്ങി.

അപ്പോളോ 16

1971 ഏപ്രിൽ 16 ന് ജോൺയങ്, തോമസ് മാറ്റിംഗ്ലി, ചാൾസ് എം ഡ്യൂക് എന്നീ യാത്രികരുമായി അപ്പോളോ 16 പുറപ്പെട്ടു. ഏപ്രിൽ 21 ന് ചാന്ദ്ര പർവ്വതനിരകളിൽ ഒന്നായ 'ദെക്കാർത്തെ' യിൽ ചാന്ദ്രപേടകം ഇറങ്ങി. ചന്ദ്രഗോളം ഉത്ഭവിച്ച കാലം മുതൽ സൂര്യരശ്മി പതിച്ചിട്ടില്ലാത്ത ഭാഗത്തെ ചാന്ദ്രധൂളി അവർ ശേഖരിച്ചു. ചാന്ദ്രജീപ്പ് മണിക്കൂറിൽ 17 കിലോമീറ്റർ വേഗതയിൽ ഓടിച്ചു. ഏപ്രിൽ 27 ന് അപ്പോളോ 16 ശാന്തസമുദ്രത്തിൽ സുരക്ഷിതമായി വന്നിറങ്ങി.

അപ്പോളോ 17

1972 ഡിസംബർ 7 ന് യൂജിൻ സെർനാൻ, ഹാരിസൺ ഷ്മിറ്റ്, റൊണാൾഡ് ഇവാൻസ് എന്നീയാത്രികരുമായി അപ്പോളോ 17 യാത്ര തിരിച്ചു. അവരോടൊപ്പം അഞ്ച് എലികളും യാത്രികരായുണ്ടായിരുന്നു. എലികൾ മാതൃപേടകത്തിൽ റൊണാൾഡ് ഇവാൻസിനൊപ്പം 90 കിലോമീറ്റർ ഉയരത്തിൽ ചന്ദ്രനെ വലംവച്ചു. അഗ്നിപർവ്വതങ്ങളെക്കുറിച്ചുള്ള പഠനവും ചന്ദ്രന്റെയും സൗരയൂഥത്തിന്റെയും ഉല്പത്തിയെക്കുറിച്ചുള്ള പഠനവുമായിരുന്നു യാത്രയുടെ മുഖ്യലക്ഷ്യം. ഇതോടെ ആറുതവണയായി 12 പേർ ചന്ദ്രനിൽ കാലുകുത്തി. ആദ്യമായി ഒരു ശാസ്ത്രജ്ഞർ ചന്ദ്രനിൽ പോയത് അപ്പോളോ 17 ദൗത്യത്തിലായിരുന്നു. ഈ ദൗത്യത്തോടെ അപ്പോളോ പദ്ധതിക്ക് വിരാമമായി.

1966 മുതൽ 3,50,000 ആളുകൾ അപ്പോളോ വാഹനങ്ങളും സാറ്റേൺറോക്കറ്റും മറ്റു സാമഗ്രികളും നിർമ്മിക്കുന്ന ജോലിയിൽ ഏർപ്പെട്ടിരുന്നു. അപ്പോളോയുടെ മാതൃപേടകത്തിൽത്തന്നെ ഏതാണ്ട് ഇരുപത് ലക്ഷം സൂക്ഷ്മ ഭാഗങ്ങളുണ്ട്. അപ്പോളോ യാത്രയ്ക്കു വേണ്ടിവന്ന ഇന്ധനം ഉപയോഗിച്ച് ഒരു കാർ ഭൂമിക്കു ചുറ്റും 400 പ്രാവശ്യം ഓടിക്കാം എന്ന് കണക്കാക്കപ്പെടുന്നു. കോടിക്കണക്കിനു ഡോളർ ഓരോ അപ്പോളോ പ്രയാണത്തിനും ചെലവായിട്ടുണ്ട്.

അപ്പോളോ പദ്ധതിയുടെ പ്രയോജനങ്ങൾ

അപ്പോളോ പദ്ധതി അനവധി സാങ്കേതിക പഠനങ്ങൾക്ക് വഴി തെളിച്ചു. അപ്പോളോയുടെ ചാന്ദ്ര– മാതൃ പേടകങ്ങൾ പറക്കലിനായി ഉപയോഗിച്ച കമ്പ്യൂട്ടർ മാതൃകകളാണ് സഞ്ചിത പരിപഥങ്ങളെക്കുറിച്ചുള്ള ഗവേഷണങ്ങളുടെ പ്രേരകശക്തി. അപ്പോളോയിൽ ഉപയോഗപ്പെടുത്തിയ ഇന്ധന സെല്ലാണ് ആദ്യത്തെ പ്രായോഗിക ഇന്ധന സെൽ. കമ്പ്യൂട്ടർ നിയന്ത്രിത യന്ത്രവല്ക്കരണവും ആദ്യമായി ഉപയോഗപ്പെടുത്തിയത് അപ്പോളോയുടെ ഘടകഭാഗങ്ങളുടെ നിർമ്മാണത്തിനാണ്. ഭൂമിയുടെ ഉത്ഭവത്തെയും പ്രപഞ്ച രഹസ്യങ്ങളെയുംപറ്റി അമൂല്യമായ അറിവു സമ്പാദിക്കാൻ ചാന്ദ്രപഠനം ഉപകരിച്ചു. ഭൂമിയിൽ ലഭ്യമായ മൂലകങ്ങളുടെ സ്രോതസ്സ് ക്ഷയിച്ചു വരുന്നതോടെ ചാന്ദ്രഗർഭത്തിൽനിന്ന് അമൂല്യലോഹങ്ങൾ കുഴിച്ചെടുത്തു കൊണ്ടുവരാൻ കഴിഞ്ഞേക്കാം. ചന്ദ്രനിൽ കൃത്രിമ അന്തരീക്ഷം സൃഷ്ടിച്ച് മനുഷ്യാധിവാസത്തിന് സൗകര്യം ഉണ്ടാക്കാമെന്ന് ചില ശാസ്ത്രജ്ഞർ കരുതുന്നു. ചന്ദ്രനെ ഒരു ബഹിരാകാശ ഇടത്താവളമായി ഉപയോഗിച്ച് മനുഷ്യന് ഒരു കാലത്ത് വിദൂര നക്ഷത്രലോകങ്ങളിലേക്ക് യാത്ര ചെയ്യാനും പ്രപഞ്ചത്തിൽ വേറെ എവിടെയെങ്കിലും ജീവനുണ്ടോ എന്നു കണ്ടുപിടിക്കാനും കഴിഞ്ഞേക്കാം.

വിവിധ ബഹിരാകാശ ഏജൻസികളും ഏതാനും സ്വകാര്യ സംരംഭകരും ചാന്ദ്രദൗത്യങ്ങളുമായി മുന്നോട്ടുവന്നിട്ടുണ്ട്. 2024 ൽ റഷ്യ വിക്ഷേപിക്കുന്ന ലൂണാ 25 ചന്ദ്രനിൽ ഒരു സ്ഥിരം ബേസ് നിർമ്മിക്കാനുദ്ദേശിച്ചുള്ളതാണ്. 2020 ൽ ചൈനയുടെ ചാങ് – 4 വിക്ഷേപിക്കപ്പെടും. ഇതൊരു റോവർ ദൗത്യമാണ്. ഇന്ത്യയുടെ രണ്ടാമത്തെ ചാന്ദ്രദൗത്യവും ഒരു റോവർ ദൗത്യമായിരിക്കും.

2021 ൽ റഷ്യ വിക്ഷേപിക്കുന്ന ലൂണാ ഗ്ലോബ്, 2020 ൽ ജപ്പാൻ

വിക്ഷേപിക്കുന്ന ചാന്ദ്രപേടകം, 2020 ൽ ദക്ഷിണകൊറിയ വിക്ഷേപിക്കുന്ന മൂൺ ഓർബിറ്റർ, 2020 ൽ തന്നെ വിക്ഷേപിക്കപ്പെടുന്ന ഓപ്പൺ ലൂണ എന്ന സ്വകാര്യ പേടകം, 2024 ൽ ബ്രിട്ടൺ വിക്ഷേപിക്കുന്ന ലൂണാർ മിഷൻ വൺ, 2023 ൽ നാസയുടെ ഇ എം – 2, 2024 ൽ യൂറോപ്യൻ യൂണിയന്റെ അറോറ, 2025 നുശേഷം ചൈന വിക്ഷേപിക്കുന്ന ക്ലെപ്, 2030 ൽ ജപ്പാന്റെ ദൗത്യം, 2028 ലും 2030 ലും റഷ്യ വിക്ഷേപിക്കുന്ന ലൂണ–ഗ്ലോബ് എന്നിവയും ഭാവി ദൗത്യങ്ങളിൽ പെടും.

മേൽപ്പറഞ്ഞ ദൗത്യങ്ങളിൽ 2020 ലും 2030 ലും വിക്ഷേപിക്കുന്ന ജപ്പാൻ ദൗത്യവും 2023 ലെ നാസ ദൗത്യവും 2024 ലെ യൂറോപ്യൻ യൂണിയൻ ദൗത്യവും, 2024 ലെ ചൈന ദൗത്യവും 2028 ലും 2030 ലും ഉള്ള റഷ്യൻ ദൗത്യങ്ങളും മനുഷ്യനെയും വഹിച്ചുകൊണ്ടുള്ള യാത്രകളായിരിക്കും.

ചാന്ദ്രയാത്രകൾ ശരിയാണോ

പല ആഫ്രിക്കൻ രാജ്യങ്ങളിലെയും ഏഷ്യൻ, ലാറ്റിൻ അമേരിക്കൻ രാജ്യങ്ങളിലെയും ജനങ്ങൾക്ക് ചാന്ദ്രയാത്രയെക്കുറിച്ച് കേട്ടുകേൾവിപോലുമില്ല. അവിടെത്തന്നെയുള്ള ചില ബുദ്ധിജീവികൾ കരുതുന്നത് ഇതൊരു സയൻസ് ഫിക്ഷനാണെന്നാണ്. അവിടെയും തീരുന്നില്ല. ചിലർ പറയുന്നത് ചാന്ദ്രയാത്രകൾ നടത്തിയ ബഹിരാകാശ സഞ്ചാരികളെല്ലാം റഷ്യക്കാരാണെന്നാണ്.

അമേരിക്കയിലെ സയൻസ് എഴുത്തുകാരിൽ ഒരാളായ ബെൽ കൈെസിങ് 1974 ൽ എഴുതി 1976 ൽ സ്വയം പ്രസിദ്ധീകരിച്ച *വീ നെവർ വെന്റ് ടു ദി മൂൺ : അമേരിക്കാസ് തേർട്ടി ബില്യൺ ഡോളർ സ്വിൻഡിൽ* എന്ന പുസ്തകത്തിലാണ് നാസയുടെ ചാന്ദ്രയാത്രകളെക്കുറിച്ച് ആദ്യമായി സംശയം പ്രകടിപ്പിച്ചത്. മനുഷ്യനെയും വഹിച്ചുകൊണ്ടുള്ള ചാന്ദ്രദൗത്യത്തിന്റെ വിജയത്തിന് 0.0017 ശതമാനം സാദ്ധ്യതമാത്രമാണ് ഈ പുസ്തകം നല്കുന്നത്. മനുഷ്യരുടെ ചാന്ദ്രയാത്രകൾ ഇതുവരെ നടന്നിട്ടില്ലെങ്കിൽ 1969 മുതൽ 1972 വരെയുള്ള കാലത്ത് ഇത്തരമൊരു വാർത്ത സൃഷ്ടിക്കുന്നതിന് അമേരിക്ക എന്തിനിത്ര വ്യഗ്രത കാണിച്ചു എന്ന ചോദ്യത്തിന് വിമർശകർക്കു കൃത്യമായ മറുപടിയുണ്ട്.

സോവിയറ്റ് യൂണിയന്റെ ബഹിരാകാശപദ്ധതികൾ മറ്റു ലോകരാഷ്ട്രങ്ങളെ അപേക്ഷിച്ച് ബഹുദൂരം മുന്നിലായിരുന്നപ്പോൾ അതിനെ മറികടക്കാൻ അമേരിക്ക കണ്ടെത്തിയ സൂത്രവിദ്യയായിരുന്നു മനുഷ്യരുടെ ചാന്ദ്രയാത്രകൾ എന്നാണ് വിമർശകർ പറയുന്നത്. ഈ യാത്രകൾ ശരിയാണോ എന്ന് പിന്തുടർന്ന് അന്വേഷിക്കുന്നതിനുള്ള സാങ്കേതിക വിദ്യ സോവിയറ്റ് യൂണിയൻ വികസിപ്പിച്ചത് 1972 ലാണ്. 1972 നുശേഷം നാസ മനുഷ്യനെയും വഹിച്ചുകൊണ്ടുള്ള ചാന്ദ്രയാത്രകൾ നടത്തിയിട്ടില്ലെന്നതും വിമർകരുടെ വാദങ്ങൾക്ക് ബലം നല്കുന്നു.

യഥാർത്ഥത്തിൽ 1959 ൽ തന്നെ സോവിയറ്റ് യൂണിയൻ ലൂണ സ്പേ

സ്ക്രാഫ്റ്റ് ചന്ദ്രനിലേക്കയച്ചിരുന്നു. 1972 നുശേഷമല്ല അവർ ഈ സാങ്കേതിക വിദ്യ കരസ്ഥമാക്കിയത്. നാസയുടെ മുഴുവൻ അപ്പോളോ ദൗത്യത്തെയും സോവിയറ്റ് യൂണിയൻ ട്രാക്ക് ചെയ്തിരുന്നു. 1972 നു ശേഷം അമേരിക്കൻ കോൺഗ്രസ് നാസയുടെ ഫണ്ടിങ് ഗണ്യമായി വെട്ടിക്കുറച്ചതും, നാസ അന്താരാഷ്ട്ര ബഹിരാകാശ നിലയം എന്ന പദ്ധതിയുമായി മുന്നോട്ടുപോയതും, ചൊവ്വാ ദൗത്യത്തിന് പ്രാധാന്യം നല്കിയതുമാണ് ചാന്ദ്രപര്യവേഷണങ്ങൾക്ക് ഇടവേളയുണ്ടാകാൻ കാരണം. അമേരിക്കയുടെ ബഹിരാകാശ പദ്ധതികൾ സോവിയറ്റ് യൂണിയനു പിന്നിലായിരുന്നുവെന്ന് പറയാൻ കഴിയില്ല. സോവിയറ്റ് യൂണിയൻ കൈവരിച്ച നേട്ടങ്ങൾ പലതും ആഴ്ചകൾക്കുള്ളിൽത്തന്നെ നാസയും മറികടന്നിരുന്നു. സോവിയറ്റ് കോസ്മോ നോട്ടുകൾ ബഹിരാകാശത്ത് 534 മണിക്കൂറുകൾ ചെലവഴിച്ചപ്പോൾ അമേരിക്കൻ ആസ്ട്രോനോട്ടുകൾ ബഹിരാകാശത്തു കഴിഞ്ഞത് 1992 മണിക്കൂറാണ്. അതുമാത്രവുമല്ല മനുഷ്യനെയും വഹിച്ചുകൊണ്ട് ചന്ദ്രനിലേക്ക് പറക്കുന്ന ബഹിരാകാശ പേടകം വിക്ഷേപിക്കാൻ മാത്രം ശക്തമായ ഒരു റോക്കറ്റ് നിർമ്മിക്കാൻ സോവിയറ്റ് യൂണിയന് കഴിഞ്ഞത് 1980 ൽ മാത്രമാണ്.

കൂടുതൽ ഫണ്ട് ലഭിക്കാൻ വേണ്ടി നാസ നടത്തിയ നാടകമാണ് ചാന്ദ്രദൗത്യങ്ങൾ എന്നൊരു വിമർശനമുണ്ട്.

ബഹിരാകാശത്ത് ആധിപത്യം സ്ഥാപിക്കുന്നതിനുള്ള മത്സരം നടക്കുന്നതുകൊണ്ട് നാസയ്ക്ക് വളരെക്കൂടുതൽ ഫണ്ട് ലഭിച്ചിരുന്നു. അതുകൊണ്ടുതന്നെ ചാന്ദ്രയാത്രകൾ പോലെയുള്ള വലിയ ദൗത്യങ്ങൾ ഏറ്റെടുത്തു വിജയിപ്പിക്കുന്നതിനും നാസയ്ക്കു സാദ്ധ്യമായി എന്നാണ് ശാസ്ത്രജ്ഞർ പറയുന്നത്. 1972 നുശേഷം അന്താരാഷ്ട്ര ബഹിരാകാശ നിലയ നിർമ്മാണത്തിനും ചൊവ്വാ യാത്രകൾക്കുമാണ് നാസ പ്രാധാന്യം നല്കിയത്.

വിയറ്റ്നാം യുദ്ധവുമായി ബന്ധപ്പെട്ടുള്ളതാണ് മറ്റൊരു ആരോപണം. വിയറ്റ്നാമിലേക്കുള്ള അമേരിക്കയുടെ കടന്നുകയറ്റം യാതൊരു തരത്തിലും നീതീകരിക്കാൻ കഴിയാത്തതാണെന്നു ബോദ്ധ്യമുള്ള ഭരണകൂടം ചാന്ദ്രയാത്രകൾ ലോകശ്രദ്ധ തിരിക്കാൻ ബോധപൂർവ്വം സൃഷ്ടിച്ചതെന്നാണ് വിമർശകരുടെ വാദം. 1972 നു ശേഷം നേരത്തേ പ്രഖ്യാപിച്ചിരുന്ന മൂന്ന് ചാന്ദ്രദൗത്യങ്ങൾ നാസ ഉപേക്ഷിച്ചതും ഈ വാദത്തിനു ബലം നല്കുന്നുണ്ട്.

എന്നാൽ നാസയുടെ വിശദീകരണം മറ്റൊരു തരത്തിലാണ്. 1966 ലാണ് ഏറ്റവുമധികം ഫണ്ട് ലഭിച്ചത്. 1972 ൽ നാസയുടെ ഫണ്ടിങ് 42.3 ശതമാനമായി വെട്ടിക്കുറച്ചത് തുടർന്നുള്ള ചാന്ദ്രയാത്രകൾ ഉപേക്ഷിക്കാൻ കാരണമായി എന്നാണ് നാസ പറയുന്നത്.

ചന്ദ്രോപരിതലത്തിൽ വച്ചെടുത്ത ഫോട്ടോകളിൽ ഉണ്ടായിട്ടുള്ള നേരിയ ക്രോസ്ഹെയറുകൾ സൂചിപ്പിക്കുന്നത് ഒന്നിലധികം ഫോട്ടോകൾ കൂട്ടിച്ചേർത്ത് നിർമ്മിച്ചതാണെന്നാണ് വാദം.

സ്കാൻ ചെയ്ത കോപ്പികളിലാണ് ഇതു കാണുന്നത്. ഓവർ എക്സ്പോസ് ചെയ്യുന്നതുകൊണ്ടാണിത് സംഭവിക്കുന്നത്. ഒറിജിനൽ ചിത്രങ്ങളിൽ ക്രോസ്ഹെയറുകൾ ഉണ്ടായിട്ടില്ല.

ചന്ദ്രോപരിതലത്തിൽ വച്ചെടുത്ത ഫോട്ടോകളുടെ ഉയർന്ന നില വാരം വിമർശകർ ചോദ്യം ചെയ്യുന്നു.

എന്നാൽ നിലവാരം കുറഞ്ഞ നിരവധി ചിത്രങ്ങളും നാസയുടെ പക്കലുണ്ട് ഹൈ–ക്വാളിറ്റി ചിത്രങ്ങൾ മാത്രമാണ് നാസ പ്രസിദ്ധപ്പെടുത്തുന്നത്. അപ്പോളോ ദൗത്യത്തിലെ സഞ്ചാരികൾ ഉപയോഗിച്ചത് ഹാസൽബ്ലേഡ് 500 ഇ എൽ ഹൈ–റെസല്യൂഷൻ ക്യാമറയാണ്. അതിൽ ഉപയോഗിച്ച് ലെൻസ് കാൾസെയ്സ് ആണ്.

ചന്ദ്രോപരിതലത്തിൽ വച്ചെടുത്ത ഫോട്ടോകളിലൊന്നും നക്ഷത്രങ്ങൾ കാണുന്നില്ല. ചന്ദ്രന്റെ ആകാശം സദാസമയവും കറുത്തിരിക്കുന്നതുകൊണ്ട് പകൽ സമയത്തും നക്ഷത്രങ്ങളെ കാണേണ്ടതാണ്.

പകൽ സമയത്ത് ചന്ദ്രനിൽ സൂര്യനിൽനിന്നുള്ള പ്രകാശവും, സൂര്യപ്രകാശം ചന്ദ്രോപരിതലത്തിൽ തട്ടി പ്രതിഫലിക്കുന്ന പ്രകാശവും, ഭൂമിയിൽനിന്നു പ്രതിഫലിച്ചുവരുന്ന പ്രകാശവുമുണ്ടാകും. അന്തരീക്ഷമില്ലാത്ത ചന്ദ്രന്റെ ഉപരിതലത്തിൽ തട്ടി പ്രതിഫലിക്കുന്ന പ്രകാശം ഒരു ദർപ്പണത്തിൽ തട്ടി പ്രതിഫലിക്കുന്ന പ്രകാശത്തിനു തുല്യമായിരിക്കും. അതുകൊണ്ടുതന്നെ വെളിച്ചത്തിൽ നില്ക്കുന്ന ഒരു സഞ്ചാരിക്ക് നക്ഷത്രങ്ങളെ കാണാൻ ബുദ്ധിമുട്ടാണ്. ആസ്ട്രോനോട്ടുകൾ ഉപയോഗിച്ച ക്യാമറകൾ ഡേലൈറ്റ് എക്സ്പോഷർ സെറ്റ് ചെയ്തതാണ്. അവയ്ക്ക് നക്ഷത്രങ്ങളെ തിരിച്ചറിയാൻ കഴിയില്ല. നിഴലിൽനിന്നു നോക്കുന്ന ആസ്ട്രോനോട്ടിനും, ഷട്ടർസ്പീഡ് വർദ്ധിപ്പിച്ച ക്യാമറയ്ക്കും നക്ഷത്രങ്ങളെ കാണുകയും ചെയ്യാം. അപ്പോളോ 16 ദൗത്യത്തിൽ ഉപയോഗിച്ച് ഫാർ അൾട്രാവയലറ്റ് ക്യാമറ ചിത്രങ്ങളെടുത്തത് ലൂണാർ മൊഡ്യൂളിന്റെ നിഴലിൽ വച്ചായിരുന്നു. ഈ ചിത്രങ്ങളിൽ ചന്ദ്രന്റെ കറുത്ത ആകാശത്ത് ഭൂമിയെക്കൂടാതെ നിരവധി നക്ഷത്രങ്ങളുമുണ്ടായിരുന്നു. അപ്പോളോ 15 ദൗത്യത്തിനിടയിൽ എടുത്ത ചിത്രങ്ങളിൽ സൂര്യന്റെ കൊറോണയും ബുധൻ ഗ്രഹവും പശ്ചാത്തലത്തിൽ ധാരാളം നക്ഷത്രങ്ങളും കാണാൻ കഴിയുന്നുണ്ട്. അപ്പോളോ 14 ദൗത്യത്തിൽ നക്ഷത്രങ്ങളുടെ പശ്ചാത്തലത്തിൽ ശോഭിക്കുന്ന ശുക്രന്റെ ചിത്രവും എടുത്തിട്ടുണ്ട്.

ചന്ദ്രോപരിതലത്തിൽ വച്ചെടുത്ത ചിത്രങ്ങളിൽ കാണുന്ന നിഴലുകൾ ദുരൂഹതയുണ്ടാക്കുന്നുണ്ട്. ചന്ദ്രനിൽ സൂര്യനെന്ന ഒരേയൊരു പ്രകാശസ്രോതസ്സുള്ളപ്പോൾ വ്യത്യസ്ത ദിശകളിലുള്ള നിഴലുകൾ ഉണ്ടാകുന്നതിനുകാരണം ഒന്നിലധികം പ്രകാശസ്രോതസ്സുകളുള്ള ഫ്രെയിമിൽ വച്ചെടുത്ത ചിത്രങ്ങൾ കൂട്ടിയോജിപ്പിച്ചതാകാനാണ് സാദ്ധ്യത.

ചന്ദ്രനിൽ ഒരു പ്രകാശസ്രോതസ്സ് മാത്രമല്ല ഉള്ളത്. സൂര്യനിൽ

നിന്നുള്ള പ്രകാശത്തിനു പുറമേ, ഭൂമിയിൽ നിന്നു പ്രതിഫലിച്ചുവരുന്ന സൂര്യപ്രകാശം, ചന്ദ്രോപരിതലത്തിൽ തട്ടി പ്രതിഫലിച്ചുവരുന്ന പ്രകാശം ആസ്ട്രോനോട്ടുകളുടെ സ്പേസ് സ്യൂട്ടുകളിലും ലൂണാർ മൊഡ്യൂളിലും തട്ടി പ്രതിഫലിക്കുന്ന പ്രകാശം എന്നിവയെല്ലാം ചന്ദ്രനിലെ പ്രകാശസ്രോതസ്സുകളാണ്. ഈ സ്രോതസ്സുകളിൽ നിന്നെല്ലാം പുറപ്പെടുന്ന പ്രകാശ കിരണങ്ങൾക്ക് ചാന്ദ്രധൂളിയിൽ തട്ടി വിവിധ ദിശകളിലേക്ക് വിസരണം സംഭവിക്കും. നിഴലുകളിലേക്കും ഇങ്ങനെ വിസരണം സംഭവിക്കുന്ന പ്രകാശകിരണങ്ങൾ പതിക്കും. അതോടെ നിഴലുകൾക്ക് ഭൂമിയിൽ നല്കുന്ന നിർവ്വചനം അപ്രസക്തമാകും.

വിവിധ ചാന്ദ്രദൗത്യങ്ങളിൽ എടുത്ത ചിത്രങ്ങളുടെയെല്ലാം പശ്ചാത്തലം ഏറക്കുറെ ഒന്നുതന്നെയാണ്. അതിനർത്ഥം പെയിന്റ് ചെയ്ത പശ്ചാത്തലം ഉപയോഗിച്ച് കൃത്രിമമായി ചിത്രങ്ങൾ യോജിപ്പിക്കുകയാണുണ്ടായിരിക്കുന്നത് എന്നാണ്.

പശ്ചാത്തലം സമാനമല്ല, സദൃശമാണ്. ചന്ദ്രനിൽ അന്തരീക്ഷമില്ലാത്തതുകൊണ്ട് അടുത്തും അകലെയുമുള്ള വസ്തുക്കൾ തെളിഞ്ഞും മങ്ങിയുമല്ല കാണപ്പെടുന്നത്. ഒരേപോലെ തെളിഞ്ഞവയായിരിക്കും എല്ലാ വസ്തുക്കളും. പശ്ചാത്തലത്തിൽ കാണപ്പെടുന്ന പല കുന്നുകളും കിലോമീറ്ററുകൾ അകലെയായിരിക്കും യഥാർത്ഥത്തിലുള്ളത്. പിന്നെ അവയുടെ ദൂരം തിരിച്ചറിയുന്നതിന് മരങ്ങൾ പോലെയുള്ള അടയാളങ്ങളൊന്നും ചന്ദ്രനിലില്ല.

ചില ചിത്രങ്ങളിൽ കാണപ്പെടുന്ന ഹോട്ട് സ്പോട്ടുകൾ വലിയ സ്പോട്ട്ലൈറ്റ് ഉപയോഗിച്ചെടുത്ത ചിത്രമാണെന്നതിന്റെ തെളിവാണ്.

ചന്ദ്രോപരിതലത്തിലെ ചെറിയ കുഴികളിൽത്തട്ടി പ്രതിഫലിക്കുന്ന പ്രകാശം സ്പോട്ട് ലൈറ്റിന്റെ പ്രതീതിയാണ് ഉണ്ടാക്കുന്നത്. വെളിച്ചത്തിൽ നിന്നുകൊണ്ട് ചാന്ദ്രയാത്രികൻ നിഴലിലുള്ള ഒരു വസ്തുവിന്റെ ചിത്രമെടുക്കുമ്പോൾ സ്പേസ് സ്യൂട്ട് പ്രതിഫലിപ്പിക്കുന്ന പ്രകാശവും സ്പോട്ട്ലൈറ്റ് പ്രതീതിയാണ് ഉണ്ടാക്കുക. കൂടാതെ നാസ പുറത്തുവിട്ടിട്ടുള്ള ഫോട്ടോകളിൽ കൂടുതലും ഹൈ–കോൺട്രാസ്റ്റ് കോപ്പികളാണ്. അതും ഇത്തരം പ്രതിഭാസത്തിന് കാരണമാകും.

ചന്ദ്രനിലിറങ്ങുന്ന നീൽ ആംസ്ട്രോങ്ങിന്റെ ചിത്രമെടുത്തത് ആര്?

ലൂണാർ മൊഡ്യൂളാണ് ആംസ്ട്രോങിന്റെ ചിത്രമെടുത്തത്. ആംസ്ട്രോങ് തന്നെയാണ് ക്യാമറ ലൂണാർ മൊഡ്യൂളിൽ ഉറപ്പിച്ചത്. ടി വി ക്യാമറയും സജ്ജീകരിച്ചിരുന്നു. ആംസ്ട്രോങ് ചന്ദ്രനിലിറങ്ങുന്നത് ലോകമെമ്പാടുമുള്ള 60 കോടി ജനങ്ങൾക്ക് തത്സമയം കാണാൻ കഴിഞ്ഞതും ഈ ക്യാമറകളുടെ സഹായത്തോടെയാണ്.

ഭൂമിക്കുചുറ്റുമുള്ള കാന്തിക ക്ഷേത്രമാണ് വാൻ അലൻ ബെൽറ്റ്. ചാർജ്ജിതകണങ്ങളുള്ള ഈ മേഖലയിലൂടെ കടന്നുപോകുന്ന ബഹിരാകാശ സഞ്ചാരി വികിരണങ്ങളുടെ ആക്രമണം കാരണം കൊല്ലപ്പെടും.

വാൻ അലൻ ബെൽറ്റുകൾ രണ്ടെണ്ണമുണ്ട്. ഒരു ഇന്നർ ബെൽറ്റും ഒരു ഔട്ടർ ബെൽറ്റും. ഇന്നർബെൽറ്റാണ് കൂടുതൽ അപകടകരം. അപ്പോളോ പേടകങ്ങൾക്ക് ചാന്ദ്രയാത്രയിൽ ഏതാനും മിനിട്ടുകൾ ഇന്നർ ബെൽറ്റിലൂടെയും ഒന്നരമണിക്കൂർ സമയം ഔട്ടർ ബെൽറ്റിലൂടെയും സഞ്ചരിക്കേണ്ടിവരും. ഈ സമയത്തിനുള്ളിൽ ചാന്ദ്രയാത്രികൾ അനുഭവിക്കേണ്ട വികിരണത്തിന്റെ തോത് 1 rem ലും കുറവാണ്. മൂന്നുവർഷം സമുദ്രനിരപ്പിൽ താമസിക്കുന്ന ഏതൊരാൾക്കും ഒരു ആണവ വൈദ്യുതനിലയത്തിൽ ഒരു വർഷം ജോലി ചെയ്യുന്ന ആൾക്കും അനുഭവിക്കേണ്ടിവരുന്ന വികിരണങ്ങൾക്കു തുല്യമാണിത്.

ക്യാമറയിലുള്ള ഫിലിം റോളുകൾക്ക് വികിരണങ്ങളെ അതിജീവിക്കാൻ കഴിയില്ല.

വികരണങ്ങളെ തടഞ്ഞുനിർത്താൻ ശേഷിയുള്ള ലോഹ കവചങ്ങളിലാണ് ഫിലിം റോളുകൾ സൂക്ഷിച്ചിട്ടുള്ളത്. അപ്പോളോ ദൗത്യത്തിൽ മാത്രമല്ല അതിനുമുമ്പുണ്ടായ ലൂണാർ ഓർബിറ്റർ ദൗത്യത്തിലും ലൂണാ–3 ദൗത്യത്തിലും എടുത്ത ചിത്രങ്ങൾക്കും ഫിലിം റോളിനും കുഴപ്പമൊന്നുമുണ്ടായില്ല എന്നതും ശ്രദ്ധേയമാണ്.

പകൽസമയത്ത് ചന്ദ്രന്റെ താപനില വളരെ ഉയർന്നതായിരിക്കും. ക്യാമറ ഫിലിം ഉരുക്കിക്കളയാൻ മാത്രം ചൂടുണ്ടാകുമവിടെ.

അന്തരീക്ഷമില്ലാത്ത ചന്ദ്രനിൽ താപം കൈമാറ്റം ചെയ്യുന്നതിന് വികിരണമെന്ന രീതി മാത്രമേയുള്ളൂ. ചന്ദ്രനിൽ ഉച്ചകഴിയുന്നതു മുതലാണ് താപനിലയിൽ ഗണ്യമായ വർദ്ധനയുണ്ടാകുന്നത്. എല്ലാ അപ്പോളോ ദൗത്യങ്ങളും ചന്ദ്രനിലിറങ്ങിയത് സൂര്യോദയം കഴിഞ്ഞയുടൻ തന്നെയാണ്. ചന്ദ്രനിലെ ഒരു ദിവസം 29 1/2 ഭൗമദിനങ്ങളാണ്. സൂര്യോദയം മുതൽ ഉച്ചവരെയുള്ള സമയമെന്നു പറയുമ്പോൾ അത് ഏകദേശം 8 ഭൗമദിനങ്ങളാണെന്ന് മറക്കരുത്. ഇത്രയേറെ സമയമൊന്നും ഒരു യാത്രികനും ചന്ദ്രനിൽ ചെലവഴിച്ചിട്ടില്ല.

വായുവില്ലാത്ത ചന്ദ്രനിൽ പതാക പാറുന്നതെങ്ങനെയാണ്?

അപ്പോളോ 11 ദൗത്യത്തിൽ ചന്ദ്രനിൽ സ്ഥാപിച്ച പതാക നിർമ്മിച്ചത് തുണികൊണ്ടല്ല. മെഷ് എന്ന പോളിമർ ഉപയോഗിച്ചാണ്. 7 ആകൃതിയിലുള്ള കാരിയറിലാണ് പതാക കൊണ്ടുപോയത്. ചന്ദ്രോപരിതലത്തിൽ വെച്ച് പതാക നിവർത്തിയതിലെ പാകപ്പിഴ കാരണമാണ് പതാകയിൽ ചുളിവുണ്ടായത്. ചുളിവുകളുള്ള പതാകയുടെ ചിത്രങ്ങളാണ് അത് പാറിക്കളിക്കുന്ന പ്രതീതിയുണ്ടാക്കിയത്. വീഡിയോ ചിത്രങ്ങളിൽ ഇത് വ്യക്തമാകും.

തീരെ ഈർപ്പമില്ലാത്ത ചാന്ദ്രധൂളിയിൽ പതിഞ്ഞ കാൽപ്പാടുകൾ ഇത്ര വ്യക്തമായി കാണാൻ കഴിയുന്നതെങ്ങനെയാണ്?

ടാൽക്കം പൗഡർ പോലെയോ മഞ്ഞുപോലെയോ ആണ് ചന്ദ്രധൂളി കാണപ്പെടുന്നത്. ഭൂമിയിലെ മണലിനോട് യാതൊരു സാദൃശ്യവും അതിനില്ല. പൗഡറിൽ പതിയുന്ന പാദമുദ്ര പോലെയാണ് അവിടെയുണ്ടായ

ഓരോ അടയാളവും. വായുവും കാറ്റുമൊന്നുമില്ലാഞ്ഞതുകൊണ്ട് ഇത്തരം മുദ്രകൾ മായുകയുമില്ല.

ചാന്ദ്രദൗത്യങ്ങൾ ഏതെങ്കിലും ഒരു മരുഭൂമിയിൽ വെച്ച് ചിത്രീകരിച്ചതാകാം. സ്ലോമോഷനിൽ അവതരിപ്പിച്ചതുകൊണ്ടാണ് ഗുരുത്വബലം കുറവുള്ള അവസ്ഥ സൃഷ്ടിക്കാനായത്.

അപ്പോളോ 15 ദൗത്യത്തിൽ ഡേവിഡ് സ്കോട്ട് നടത്തിയ പ്രസിദ്ധമായ ചുറ്റികയും തൂവലും പരീക്ഷണം അവർ നില്ക്കുന്ന സ്ഥലം വായു ശൂന്യമാണെന്നു തെളിയിക്കാൻ പര്യാപ്തമാണ്. വായു മർദ്ദമില്ലാത്ത ചന്ദ്രനിൽ ഉയരത്തിൽനിന്നു വീഴുന്ന ചുറ്റികയും തൂവലും ഒരേ സമയത്തായിരിക്കും ഉപരിതലത്തിൽ പതിക്കുക.

ലൂണാർ മൊഡ്യൂളിന് 17 ടൺ ഭാരമുണ്ട്. എന്നാൽ ചന്ദ്രോപരിതലത്തിൽ കാര്യമായ അടയാളങ്ങളൊന്നും അതുണ്ടാക്കിയിട്ടില്ല. ചാന്ദ്രയാത്രികരുടെ പാദമുദ്രകൾ അതിനേക്കാൾ വ്യക്തമാണുതാനും.

ഇന്ധനമുൾപ്പെടെ അപ്പോളോ 11 ലൂണാർ മൊഡ്യൂളിന് 15,300 കിലോ ഗ്രാമാണ് (17 ഷോർട്ട് ടൺസ്) ഭാരം. എന്നാൽ ചന്ദ്രയാത്രയ്ക്കൊടുവിൽ ചന്ദ്രോപരിതലത്തിൽ ഇറങ്ങിയ ലാൻഡറിന്റെ ഭാരം 1224 കിലോഗ്രാമായിരുന്നു. ലാൻഡറിന്റെ മൂന്നടി വ്യാസമുള്ള ഫുട്പാഡിനേക്കാൾ കുറവായിരിക്കും ചന്ദ്രയാത്രികരുടെ ഷൂവിന്റെ വലിപ്പം. പ്രതല വിസ്തൃതി കുറഞ്ഞ ഷൂ ഉണ്ടാക്കുന്ന മർദ്ദം സൃഷ്ടിക്കാൻ കൂടിയ പ്രതല വിസ്തൃതിയുള്ള ലാൻഡറിന്റെ ഫുട് പാസുകൾക്ക് കഴിയില്ല.

ചന്ദ്രനിൽ ഇറങ്ങാൻ കഴിഞ്ഞേക്കാം എന്നാൽ അവിടെനിന്നും ഉയർന്നുപൊങ്ങാനുള്ള സാങ്കേതിക വിദ്യയൊന്നും അക്കാലത്ത് ഉണ്ടായിരുന്നില്ല. മാത്രവുമല്ല വായുവില്ലാത്ത ചന്ദ്രനിൽ വച്ചെങ്ങനെ ഇന്ധനം ജ്വലിപ്പിക്കും? പ്രഹരശേഷിയും ഭൂമിയെ അപേക്ഷിച്ച് കുറവാണവിടെ. ഭൂമിയിൽനിന്ന് ഒരു റോക്കറ്റ് വിക്ഷേപിക്കുമ്പോൾ ഉണ്ടാകുന്ന ജ്വാലകളൊന്നും ചന്ദ്രോപരിതലത്തിൽനിന്ന് ഉയരുന്ന പേടകത്തിൽനിന്ന് ഉണ്ടായിട്ടുമില്ല.

ലൂണാർ മൊഡ്യൂളിൽ ഇന്ധനമായി ഉപയോഗിച്ചത് എയ്റോസിൻ 50 ആണ്. ഓക്സീകാരിയായി ഉപയോഗിച്ചത് ഡൈനൈട്രജൻ ടെട്രോക്സൈഡുമാണ്. അന്തരീക്ഷ ഓക്സിജൻ അല്ല. പരസ്പരം സമ്പർക്കത്തിലെത്തുമ്പോൾ ഇന്ധനവും ഓക്സീകാരിയുമായി ചേർന്ന് ജ്വലിക്കാനാരംഭിക്കും. അതിന് ഒരു സ്പാർക്കിന്റെ ആവശ്യമില്ല. അമേരിക്കയുടെ ടൈറ്റൻ റോക്കറ്റിൽ ഉപയോഗിക്കുന്നതും ഇതേ സാങ്കേതിക വിദ്യയാണ്. റോക്കറ്റിൽനിന്ന് പുറന്തള്ളപ്പെടുന്ന കുറഞ്ഞ അളവിലുള്ള ഇന്ധനം അന്തരീക്ഷ ഓക്സിജനുമായി ചേർന്ന് ജ്വലിക്കുന്നതുകൊണ്ടാണ് ഭൂമിയിൽ വച്ചു നടത്തുന്ന റോക്കറ്റ് വിക്ഷേപണം ഇത്രവലിയ തീക്കളി ആകുന്നത്.

ഗ്രൗണ്ട് സ്റ്റേഷനും ചാന്ദ്രയാത്രികരുമായുള്ള സംഭാഷണത്തിൽ രണ്ടു സെക്കന്റിലധികം താമസം നേരിട്ടു. ചന്ദ്രനും ഭൂമിയും തമ്മിൽ

നാലുലക്ഷം കിലോമീറ്റർ അകലമാണല്ലോ ഉള്ളത്. വിദ്യുത്കാന്തിക വികിരണങ്ങൾ സെക്കന്റിൽ മൂന്നുലക്ഷം കിലോമീറ്റർ സഞ്ചരിക്കുകയും ചെയ്യും.

ഒറിജിനൽ റെക്കോർഡിങ്ങിൽ പ്രതികരണങ്ങൾക്ക് 0.5 സെക്കന്റ് താമസമാണുണ്ടായത്. ഈ കാലവിളംബം ബോധപൂർവ്വം സൃഷ്ടിച്ചതുമാണ്. ഗ്രൗണ്ട് സ്റ്റേഷനിൽ സന്ദേശങ്ങൾ റെക്കോഡ് ചെയ്തെന്ന് ഉറപ്പുവരുത്തുന്നതിനു വേണ്ടിയായിരുന്നു. ഇത്.

ഓസ്ട്രേലിയയിലെ പാർക്ക്സ് ഒബ്സർവേറ്ററി ആദ്യ ചാന്ദ്രദൗത്യത്തിന്റെ ഏറ്റവും വ്യക്തമായ വീഡിയോ ലഭ്യമാക്കിയിട്ടും ഓസ്ട്രേലിയൻ ബ്രോഡ്കാസ്റ്റിങ് കമ്മീഷൻ പ്രക്ഷേപണം ചെയ്തത് നാസയുടെ ഫൂട്ടേജാണ് എന്നത് ദുരൂഹത വർദ്ധിപ്പിക്കുന്നു.

ഒഫീഷ്യൽ പോളിസിയുടെ ഭാഗമാണ് അത്. എന്നിരുന്നാലും പാർക്ക്സ്, ഹണിസക്കിൾ ക്രീക്ക് റേഡിയോ ദൂരദർശിനി എന്നിവ ഉപയോഗിച്ചെടുത്ത വീഡിയോ ഓസ്ട്രേലിയയിൽ പ്രക്ഷേപണം ചെയ്തിട്ടുണ്ട്. ലോകത്തിലെ മറ്റേതൊരു രാജ്യത്തുനിന്നും കാണുന്നതിലും മുമ്പ് മനുഷ്യന്റെ ആദ്യ ചാന്ദ്രസ്പർശനം കാണാൻ കഴിഞ്ഞതും ഓസ്ട്രേലിയക്കാർക്കാണ്.

നഷ്ടപ്പെട്ട വിലപ്പെട്ട രേഖകൾ

അപ്പോളോ 11 ദൗത്യത്തിന്റെ വികസന പ്രവർത്തനങ്ങളുടെ ബ്ലൂപ്രിന്റും ഡിസൈനും നാസയ്ക്ക് നഷ്ടമായി. ചന്ദ്രനിൽ ആംസ്ട്രോങും ആൽഡ്രിനും നടക്കുന്നതിന്റെ ഒറിജിനൽ വീഡിയോയും നഷ്ടപ്പെട്ടിട്ടുണ്ട്. എന്നാൽ വിമർശകർ പ്രചരിപ്പിക്കുന്നതുപോലെ ചാന്ദ്രയാത്രയുടെ വിലപ്പെട്ട രേഖകളൊന്നും നഷ്ടപ്പെട്ടിട്ടില്ല. അപ്പോളോ 11 ലാൻഡിങ്ങിന്റെ വീഡിയോ ടേപ്പുകൾ തുടർയാത്രകൾക്ക് ഉപകാരപ്രദമാകുമെന്നു മനസ്സിലാക്കിയ നാസയിലെ ശാസ്ത്രജ്ഞർ അവ സൂക്ഷിച്ചുവച്ചിരുന്നു. പിന്നീട് 1970 ൽ യു എസ് ആർക്കൈവ്സിലേക്ക് മാറ്റി. 1984 ൽ അപ്പോളോ 11 ദൗത്യത്തിന്റെ മുഴുവൻ ടേപ്പുകളും ഗോദാർദ് സ്പേസ്ഫ്ളൈറ്റ് സെന്ററിന്റെ അഭ്യർത്ഥന മാനിച്ച് അവർക്ക് വിട്ടുകൊടുക്കുകയാണുണ്ടായത്. അവിടെ വച്ചായിരിക്കണം മാഗ്നറ്റിക് ടേപ്പുകൾ പുനരുപയോഗം ചെയ്യുന്നതിനിടയിൽ അപ്പോളോ 11 ദൗത്യത്തിന്റെ 45 ടേപ്പുകൾ ഇറേസ് ചെയ്യപ്പെട്ടത്.

ചാന്ദ്രയാത്രകൾ സത്യമായിരുന്നെങ്കിൽ എന്തുകൊണ്ട് ഹബിൾ ടെലസ്കോപ്പ് ഉപയോഗിച്ച് ലാൻഡിങ് സൈറ്റുകളുടെ ചിത്രങ്ങൾ എടുത്തുകൂടാ?

കോടിക്കണക്കിന് നക്ഷത്രങ്ങളുള്ള ഗാലക്സികളുടെ ചിത്രങ്ങൾ നിർമ്മിക്കുന്ന ഹബിളിന് അതിലേതെങ്കിലുമൊരു നക്ഷത്രത്തെ തിരഞ്ഞുപിടിച്ച് ചിത്രമെടുക്കാൻ കഴിയില്ല. എങ്കിലും ചന്ദ്രനിലെ രണ്ട് ലാൻഡിങ് സൈറ്റുകളുടെ ചിത്രമെടുക്കാൻ ഹബിൾ ശ്രമിച്ചിട്ടുണ്ട്. 55–69 മീറ്ററിൽ

കുറയാത്ത വസ്തുക്കളുടെ ചിത്രങ്ങൾ മാത്രമേ അല്പമെങ്കിലും വ്യക്തതയോടെ നല്കാൻ ഹബിളിനു കഴിയൂ.

2001 ൽ യൂറോപ്യൻ സ്പേസ് ഏജൻസി വിക്ഷേപിച്ച സ്മാർട്ട് –1, 2002 ൽ വെരിലാർജ്ജ് ടെലസ്കോപ്പ്, 2007 ൽ ജപ്പാൻ വിക്ഷേപിച്ച സെലിൻ, 2009 ൽ നാസയുടെ ലൂണാർ റെക്കണൈസൻസ് ഓർബിറ്റർ, 2009 ൽ ഇന്ത്യയുടെ ചാന്ദ്രയാൻ–1, 2010 ൽ ചൈനയുടെ ചാങ്–2 ദൗത്യങ്ങൾ ചന്ദ്രനിലെ ലാൻഡിങ് സൈറ്റുകളുടെയും സഞ്ചാരികൾ ഉപേക്ഷിച്ച സാമഗ്രികളുടെയും വ്യക്തമായ ചിത്രങ്ങൾ ഭൂമിയിലേക്കയച്ചിട്ടുണ്ട്.

ചാന്ദ്രശിലകൾ

ആറ് അപ്പോളോ ദൗത്യങ്ങളിലായി 380 കിലോഗ്രാം ചാന്ദ്രശിലകൾ ശേഖരിച്ചിട്ടുണ്ട്. ലോകമെമ്പാടുമുള്ള ശാസ്ത്രജ്ഞർക്ക് പരീക്ഷണങ്ങൾക്കായി ഇവ ലഭിക്കുകയും ചെയ്തിട്ടുണ്ട്. ഇവ ഭൂമിയിൽ ശിലകളുണ്ടാകുന്ന പ്രക്രിയകളിൽ രൂപം കൊണ്ടവയല്ലെന്ന് വ്യർമ്മാണ്. 1969 മുതൽ 72 വരെയുള്ള നാലുവർഷങ്ങളിൽ നാസ ശേഖരിച്ചത് 380 കിലോഗ്രാം ചാന്ദ്രശിലകളാണെങ്കിൽ പിന്നീടുള്ള നാല്പതു വർഷങ്ങളിൽ ഭൂമുഖത്ത് നിന്ന് ആകെ ശേഖരിച്ച ചാന്ദ്ര ഉല്ക്കകൾ 30 കിലോഗ്രാമിൽ താഴെയാണ്.

ട്രാക്കിങ്

അപ്പോളോ ദൗത്യങ്ങൾ സ്വതന്ത്ര ഏജൻസികൾ ട്രാക്ക് ചെയ്തിട്ടുണ്ട്. ലേസർ റേഞ്ചിങ് റിട്രോ റിഫ്ളക്ടർ പരീക്ഷണം ലാൻഡിങ് സൈറ്റുകളുടെ സ്ഥാനം കണ്ടെത്തിയിട്ടുണ്ട്. അപ്പോളോ 14 ദൗത്യത്തിലെ സഞ്ചാരികൾ 1971 ഫെബ്രുവരി 5 ന് ചന്ദ്രോപരിതലത്തിൽ സ്ഥാപിച്ച റിട്രോ റിഫ്ളക്ടർ മക്ഡൊണാൾഡ് ഒബ്സർവേറ്ററിയിലെ ഡിറ്റക്ടറുകൾ അതേ ദിവസം തന്നെ കണ്ടെത്തി.

സ്വർഗ്ഗലോകത്തെത്തിയ ആദ്യത്തെ മനുഷ്യൻ

ഒരു മനുഷ്യനെ സംബന്ധിച്ചിടത്തോളം ഇതൊരു ചെറിയ കാൽവയ്പു മാത്രമാണ്. എന്നാൽ മാനവരാശിക്ക് വലിയൊരു കുതിച്ചുചാട്ടവും. അതെ, ആ കുതിച്ചു ചാട്ടത്തിന്റെ ആദ്യത്തെ പാദമുദ്ര പതിപ്പിച്ച മനുഷ്യൻ ഇനി ചരിത്രത്തിന്റെ ഭാഗമാണ്. നീൽ ആൽഡൻ ആംസ്ട്രോങ്. സ്വർഗ്ഗലോകത്ത് കാലുകുത്തിയ ആദ്യത്തെ മനുഷ്യൻ. അദ്ദേഹം 2012 ആഗസ്ത് 25 ന് അന്തരിച്ചു. 82 വയസ്സായിരുന്നു അദ്ദേഹത്തിന്. ഹൃദയധമനികളിൽ തടസ്സം നേരിട്ടതിനെത്തുടർന്ന് ഏതാനും ആഴ്ചകൾക്കു മുമ്പ് ശസ്ത്രക്രിയയ്ക്കു വിധേയനായിരുന്ന അദ്ദേഹം തുടർന്ന് ഓഹിയോയിലെ സിൻസിനാറ്റിയിലുള്ള വസതിയിൽ വിശ്രമത്തിലായിരുന്നു.

1969 ജൂലൈ 20 ന് (ഇന്ത്യ ഉൾപ്പെടെയുള്ള പൗരസ്ത്യ രാജ്യങ്ങളിൽ ജൂലൈ 21) അമ്പിളി മാമന്റെ പ്രശാന്തതയുടെ സമുദ്രത്തിൽ ആംസ്ട്രോങ്ങിനെയും വഹിച്ചുകൊണ്ടുപറന്ന അപ്പോളോ–11 പേടകം ഇറങ്ങി. മൂന്നു ബഹിരാകാശ സഞ്ചാരികളേയും വഹിച്ചുകൊണ്ടു പറന്ന പേടകത്തിൽനിന്നും ഈഗിൾ ലൂണാർ മൊഡ്യൂൾ ആണ് ചന്ദ്രനിൽ ഇറങ്ങിയത്. ഈ കൊച്ചു വാഹനത്തിൽനിന്നും നീൽ ആംസ്ട്രോങ് ആണ് ആദ്യമായി ചന്ദ്രോപരിതലത്തിൽ ഇറങ്ങിയത്. ഇരുപതു മിനിട്ടിനുശേഷം ബുസ് ആൽഡ്രിനും ചന്ദ്രോപരിതലത്തിൽ കാലുകുത്തി. രണ്ടര മണിക്കൂർ സമയം അവർ ചന്ദ്രനിൽ ചെലവഴിച്ചു. മൂന്ന് ശാസ്ത്രീയ പരീക്ഷണങ്ങൾ അവർ ചന്ദ്രോപരിതലത്തിൽ വച്ചു നടത്തി. 20 കിലോഗ്രാമിലധികം ചാന്ദ്രശിലകൾ ശേഖരിച്ചു. റിഗോലിത്ത് എന്ന ചാന്ദ്രധൂളിയും ശേഖരിച്ചു. തുടർന്ന് ഈഗിളിൽ പ്രവേശിച്ച ഇരുവരും 21 മണിക്കൂറും 37 മിനിട്ടും പേടകത്തിനുള്ളിൽ കഴിച്ചുകൂട്ടി. തുടർന്ന് ഈ സമയമത്രയും മൂന്നാമനായ മൈക്കൽ കോളിൻസുമായി ചന്ദ്രനെ വലംവച്ചുകൊണ്ടിരിക്കുന്ന

മാതൃപേടകവുമായി വിജയകരമായി ഡോക്കിങ് നടത്തുകയും ഭൂമിയിലേക്കു തിരിക്കുകയും ചെയ്തു. എട്ടുദിവസത്തെ ചാന്ദ്രദൗത്യത്തിനൊടുവിൽ ശാന്തസമുദ്രത്തിൽ ലാൻഡു ചെയ്ത ധീരന്മാരെ സ്വീകരിക്കാൻ കാത്തുനിന്നവരിൽ അന്നത്തെ അമേരിക്കൻ പ്രസിഡന്റായിരുന്ന റിച്ചാർഡ് എം നിക്സണും ഉണ്ടായിരുന്നു. ഭൂമിയിൽനിന്നും ചന്ദ്രനിലേക്കുള്ള 3,84,000 കിലോമീറ്റർ ദൂരം സഞ്ചരിക്കാൻ ഇവർക്ക് മൂന്നര ദിവസമാണ് വേണ്ടിവന്നത്. 16 ദിവസം പ്രത്യേകമായി സജ്ജീകരിച്ച സംരക്ഷിത മുറിയിൽ താമസിച്ചതിനുശേഷമാണ് ഇവർ പുറത്തിറങ്ങിയത്. ചന്ദ്രനിൽ നിന്നുള്ള അണുസംക്രമണത്തെ ഭയന്നാണ് ഇങ്ങനെയൊരു മുൻകരുതൽ എടുത്തത്.

1930 ആഗസ്ത് 4 ന് ഓഹിയോയിലെ വാപാക്കൊനേറ്റ എന്ന സ്ഥലത്താണ് നീൽ ആംസ്ട്രോങ് ജനിച്ചത്. പൊതുവെ അന്തർമ്മുഖനായിരുന്നു ആംസ്ട്രോങ്. പിതാവ് സ്റ്റീഫൻ കോനിഗ് ആംസ്ട്രോങ്, മാതാവ് വയോള ലൂയിസ് ഏഞ്ചൽ. രണ്ടു സഹോദരന്മാർകൂടി അദ്ദേഹത്തിനുണ്ട്. ജൂണും ഡീനും. ഓഹിയോ സ്റ്റേറ്റിലെ സർക്കാർ ഓഡിറ്ററായിരുന്നു സ്റ്റീഫൻ. കുട്ടിക്കാലം മുതൽത്തന്നെ ആകാശയാത്രകൾ നീലിനെ ആകർഷിച്ചിരുന്നു. ബ്ലൂം ഹൈസ്കൂളിലെ വിദ്യാഭ്യാസ കാലയളവിനുള്ളിൽ തന്നെ ഓഗ്ലൈസ് കൗണ്ടി എയർപോട്ടിൽനിന്ന് നീൽ ഫ്ളൈറ്റ് സർട്ടിഫിക്കറ്റ് നേടി. അപ്പോൾ നീലിന്റെ പ്രായം വെറും 15 വയസ്സായിരുന്നു. നീൽ ഒരു ഡ്രൈവിങ് ലൈസൻസ് നേടുന്നത് അതിനുശേഷമാണ്. സ്കൂളിലെ സ്കൗട്ട് യൂണിറ്റിൽ നീൽ സജീവമായിരുന്നു. തുടർന്ന് 1947 ൽ പർഡ്യൂ സർവ്വകലാശാലയിൽ ചേർന്ന് പഠിക്കുകയും എയ്റോനോട്ടിക്കൽ എഞ്ചിനീയറിങ്ങിൽ ബിരുദം കരസ്ഥമാക്കുകയും ചെയ്തു. അതിനുശേഷം സതേൺ കാലിഫോർണ്ണിയ സർവകലാശാലയിൽനിന്ന് ഇതേ മേഖലയിൽ ബിരുദാനന്തരബിരുദവും നേടി. പിന്നീട് 1949 മുതൽ 1952 വരെ യു എസ് നേവിയിൽ പൈലറ്റായി ജോലി ചെയ്തു. കൊറിയൻ യുദ്ധത്തിൽ അദ്ദേഹം പങ്കെടുക്കുകയും 78 തവണ യുദ്ധവിമാനം പറത്തുകയും ചെയ്തിട്ടുണ്ട്. 1955 ൽ നാസയുടെ മുൻഗാമിയായ നാഷണൽ അഡ്വൈസറി കമ്മിറ്റി ഫോർ എയ്റോനോട്ടിക്ക്സിൽ റിസർച്ച് പൈലറ്റായി ചേർന്നു. തുടർന്ന് NACAയുടെ ഹൈ-സ്പീഡ് വിമാന ഗവേഷണ കേന്ദ്രത്തിലേക്ക് പ്രൊജക്ട് പൈലറ്റായി സ്ഥാനക്കയറ്റം കിട്ടി. ശബ്ദാതിവേഗതയിൽ സഞ്ചരിക്കുന്ന വിമാനങ്ങളുടെ ഗവേഷണത്തിന്റെ മുൻനിരയിൽ അദ്ദേഹമുണ്ടായിരുന്നു. ഇത്തരത്തിൽപ്പെട്ട 200 വിമാന മാതൃകകളുടെ പരീക്ഷണപ്പറക്കലും അദ്ദേഹം നിർവ്വഹിച്ചിട്ടുണ്ട്. ഇതിൽ മണിക്കൂറിൽ 7000 കിലോമീറ്റർ വേഗതയിൽ സഞ്ചരിക്കുന്ന X15 വിമാനവും ഉൾപ്പെടുന്നു. അതുകൂടാതെ റോക്കറ്റ് സാങ്കേതിക വിദ്യയിൽ പ്രവർത്തിക്കുന്ന വിമാനങ്ങളുടെയും, ഹെലികോപ്ടറുകളുടെയും, ഗ്ലൈഡറുകളുടെയും വികസന പ്രവർത്തനങ്ങളിലും ആംസ്ട്രോങ് പങ്കെടുത്തിരുന്നു. 1962 ലാണ് അദ്ദേഹം ബഹിരാകാശ സഞ്ചാരിയായി (Astronaut) തെരഞ്ഞെടുക്കപ്പെടുന്നത്.

1966 ലെ ജെമിനി 8 ദൗത്യമായിരുന്നു ആംസ്ട്രോങിന്റെ ആദ്യത്തെ ബഹിരാകാശ യാത്ര. പേടകം നിയന്ത്രിച്ചിരുന്നതും അദ്ദേഹം തന്നെയായിരുന്നു. ഈ ദൗത്യത്തിൽ ബഹിരാകാശത്തുവച്ച് ആദ്യത്തെ ഉപഗ്രഹ ഡോക്കിങ്ങും അദ്ദേഹം നടത്തി. അദ്ദേഹത്തിന്റെ ജീവനുതന്നെ ഭീഷണി നേരിട്ട അപകടകരമായ ദൗത്യമായിരുന്നു അത്. പിന്നീട് 1969 ജൂലൈ 16 ന് അപ്പോളോ – 11 പേടകത്തിൽ നടത്തിയ തന്റെ രണ്ടാമത്തെ യാത്ര ചരിത്രത്തിലേക്കായിരുന്നു. ഭൂമിക്കുവെളിയിൽ, സ്വർഗ്ഗലോകത്തു കാലുകുത്തുന്ന ആദ്യത്തെ മനുഷ്യനായി അദ്ദേഹം.

ചാന്ദ്ര ദൗത്യത്തെത്തുടർന്ന് ആംസ്ട്രോങ് നാസയുടെ ആസ്ഥാനത്തുള്ള അഡ്വാൻസ്ഡ് റിസർച്ച് ആന്റ് ടെക്നോളജി സെന്ററിൽ ഡെപ്യൂട്ടി അസോസിയേറ്റ് അഡ്മിനിസ്ട്രേറ്ററായി ജോലിയിൽ പ്രവേശിച്ചു. 1971 ൽ അദ്ദേഹം ആ ജോലി ഉപേക്ഷിക്കുകയും 1971 മുതൽ 1979 വരെ സിൻസിനാറ്റി സർവ്വകലാശാലയിൽ പ്രൊഫസറായി ജോലി നോക്കുകയും ചെയ്തു. ഈ കാലയളവിനുള്ളിൽ അദ്ധ്യാപനത്തോടൊപ്പം ഗവേഷണത്തിനും അദ്ദേഹം സമയം കണ്ടെത്തി. പിന്നീട് അദ്ദേഹത്തിന്റെ ശ്രദ്ധ ബിസിനസിലായിരുന്നു. ന്യൂയോർക്കിലെ വിവിധ ഇലക്ട്രോണിക് കമ്പനികളിലും കമ്പ്യൂട്ടർ സ്ഥാപനങ്ങളിലും പത്തുവർഷത്തോളം അദ്ദേഹം പ്രവർത്തിച്ചു.

1985–86 കാലയളവിൽ ആംസ്ട്രോങ് യു എസ് ദേശീയ ബഹിരാകാശ കമ്മീഷൻ അംഗമായിരുന്നു. 1985 ലെ ചലഞ്ചർ സ്പേസ് ഷട്ടിൽ ദുരന്തമന്വേഷിക്കുന്നതിന് പ്രസിഡന്റ് നിയോഗിച്ച കമ്മീഷനിൽ വൈസ് ചെയർമാനായിരുന്നു ആംസ്ട്രോങ്. അദ്ദേഹത്തിനു ലഭിച്ച ബഹുമതികൾ നിരവധിയാണ്. 17 ലോകരാഷ്ട്രങ്ങൾ അവരുടെ പരമോന്നത ബഹുമതികൾ നല്കി അദ്ദേഹത്തെ ആദരിച്ചിട്ടുണ്ട്. റോയൽ ആംസ്ട്രോണമിക്കൽ സൊസൈറ്റിയും അമേരിക്കൻ ഇൻസ്റ്റിറ്റ്യൂട്ട് ഓഫ് എയ്റോനോട്ടിക്സും ഇന്റർനാഷണൽ എയ്റോനോട്ടിക്കൽ സൊസൈറ്റിയും അദ്ദേഹത്തിന് ഫെല്ലോഷിപ്പ് നല്കി ആദരിച്ചിട്ടുണ്ട്.

ആംസ്ട്രോങ് വിവാഹമോചിതനാണ്. രണ്ടു പുത്രന്മാരും ഒരു വളർത്തുമകനും ഒരു വളർത്തുമകളും അദ്ദേഹത്തിനുണ്ട്. പത്തു പേരക്കിടാങ്ങളുടെ മുത്തച്ഛൻ കൂടിയാണ് അദ്ദേഹം. നീൽ ഇപ്പോൾ നമ്മോടൊപ്പമില്ല. എന്നാൽ ഭൂമിയിൽ മനുഷ്യവംശം നിലനില്ക്കുന്നിടത്തോളം അദ്ദേഹത്തിന്റെ പേരും നിലനില്ക്കും.

അവസാനത്തെ ചാന്ദ്രയാത്ര

അപ്പോളോ ദൗത്യങ്ങളെന്നും മനുഷ്യന്റെ ചാന്ദ്രയാത്രയെന്നും കേൾക്കുമ്പോൾ ഓർമ്മയിലെത്തുക ചന്ദ്രനിൽ ആദ്യം കാലുകുത്തിയ നീൽ ആംസ്ട്രോങ്ങിന്റെ പേരായിരിക്കും. ചന്ദ്രനിൽ ആദ്യമായി മനുഷ്യനെ എത്തിച്ചു എന്നതിലുപരിയായി ആംസ്ട്രോങ്ങും ആൽഡ്രിനും കോളിൻസും സഞ്ചരിച്ച അപ്പോളോ–11 ദൗത്യത്തിന് വലിയ ശാസ്ത്രീയ പ്രാധാന്യമൊന്നും ശാസ്ത്രലോകം കാണുന്നില്ല. യു എസിന്റെ ചാന്ദ്രപര്യവേഷണ ദൗത്യമായ അപ്പോളോ പദ്ധതിയിലെ പതിനൊന്നാമത്തെ വിക്ഷേപണത്തിലാണ് ഈ മൂവർസംഘം ചന്ദ്രോപരിതലത്തിലിറങ്ങിയത്. അതിനുശേഷം നടന്ന ചാന്ദ്രദൗത്യങ്ങളിൽ പത്തുപേർകൂടി ചന്ദ്രനിലെത്തി വിവിധ ശാസ്ത്രീയ പരീക്ഷണങ്ങൾ നടത്തിയിട്ടുണ്ട്. ഈ ദൗത്യങ്ങളെല്ലാം ആംസ്ട്രോങ് സഞ്ചരിച്ച അപ്പോളോ–11 ദൗത്യത്തേക്കാൾ ശാസ്ത്രീയ പ്രാധാന്യമുള്ളവയാണ്. ഇതിലേറ്റവും വിജയകരമായ ശാസ്ത്രീയ ദൗത്യം അപ്പോളോ–17 ആണ്. ഈ ദൗത്യത്തിന്റെ ഭാഗമായി ചന്ദ്രനിലെത്തിയ യൂജിൻ ആൻഡ്രൂ സെർനൻ ആണ് ചന്ദ്രോപരിതലത്തിൽ നടന്ന അവസാനത്തെ മനുഷ്യൻ. ഇക്കഴിഞ്ഞ ജനുവരി 16 ന് അന്തരിച്ച സെർനൻ ബഹിരാകാശസഞ്ചാരി, നേവി പൈലറ്റ്, ഇലക്ട്രിക്കൽ എഞ്ചിനിയർ, എയ്റോനോട്ടിക്കൽ എഞ്ചിനീയർ, ഫൈറ്റർ പൈലറ്റ് എന്നിങ്ങനെ വ്യത്യസ്ത മേഖലകളിൽ വ്യക്തിമുദ്ര പതിപ്പിച്ചയാളാണ്.

അപ്പോളോ പദ്ധതിയുടെ ഭാഗമായി ചന്ദ്രനിലേക്ക് പറക്കാനായി തെരഞ്ഞെടുക്കപ്പെട്ട നാല്പത് ബഹിരാകാശ സഞ്ചാരികളിൽ ഭാഗ്യത്തിന്റെ പിന്തുണ കൂടുതലുണ്ടായതുകൊണ്ടാണ് ആംസ്ട്രോങ് ചന്ദ്രനിൽ കാലുകുത്തിയ ആദ്യ മനുഷ്യനായതും ആൽഡ്രിനും കോളിൻസും ആ ചരിത്ര ദൗത്യത്തിന്റെ ഭാഗമായതും. ചന്ദ്രനിൽ ഇറങ്ങുകയും സുരക്ഷിതമായി

ഭൂമിയിൽ തിരിച്ചെത്തുകയും ചെയ്യുക എന്നതിൽ കവിഞ്ഞ് അപ്പോളോ–11 ദൗത്യത്തിന് വലിയ ശാസ്ത്രീയ പ്രാധാന്യമൊന്നും നല്കാൻ കഴിയില്ല. എന്നാൽ തുടർന്നുനടന്ന ദൗത്യങ്ങൾ അങ്ങനെയായിരുന്നില്ല. ചന്ദ്രനിൽ ഏതാനും മണിക്കൂറുകളാണ് ആംസ്ട്രോങ്ങും ആൽഡ്രിനും ചെലവഴിച്ചതെങ്കിൽ അപ്പോളോ–12 ദൗത്യം മനുഷ്യന് അനേകം മണിക്കൂറിൽ ചന്ദ്രനിൽ കഴിയാമെന്നും പല ജോലികൾ ചെയ്യാമെന്നും തെളിയിച്ചു. അപ്പോളോ–13 ദൗത്യം പരാജയമായിരുന്നു. എന്നാൽ സഞ്ചാരികളെ അപകടം കൂടാതെ തിരിച്ചെത്തിക്കാൻ കഴിഞ്ഞു. അപ്പോളോ–14 ദൗത്യം ചന്ദ്രന്റെ ഉത്ഭവ ചരിത്രത്തിലേക്ക് വെളിച്ചംവീശുന്ന പല വസ്തുതകളും കണ്ടെത്തി. കൂടാതെ ചന്ദ്രനിൽനിന്നും 460 കോടി വർഷം പ്രായമുള്ള പാറകൾ ഭൂമിയിലേക്ക് കൊണ്ടുവന്നു. അപ്പോളോ–15 ദൗത്യത്തിലാണ് ആദ്യമായി ലൂണാർ റോവർ എന്ന ചാന്ദ്രജീപ്പ് ചന്ദ്രോപരിതലത്തിൽ ഓടിച്ചത്. 18 മണിക്കൂറാണ് ഈ ദൗത്യത്തിൽ ബഹിരാകാശ സഞ്ചാരികൾ ചന്ദ്രനിൽ ചെലവഴിച്ചത്. ചാന്ദ്ര പർവ്വത നിരകളിലൊന്നായ ദെക്കാർത്തയിൽ സുരക്ഷിതമായി ഇറങ്ങി പരീക്ഷണങ്ങൾ നടത്തിയതാണ് അപ്പോളോ–16 ന്റെ ഏറ്റവും വലിയനേട്ടം. കൂടാതെ ചന്ദ്രഗോളം രൂപീകരിക്കപ്പെട്ട കാലം മുതൽ സൂര്യരശ്മികൾ പതിച്ചിട്ടില്ലാത്ത ചാന്ദ്രധൂളി ശേഖരിച്ചു. ലൂണാർ റോവർ മണിക്കൂറിൽ 17 കിലോമീറ്റർ വേഗതയിൽ ചന്ദ്രോപരിതലത്തിലൂടെ ഓടിച്ചു. ചന്ദ്രനിലെ 85 ഡിഗ്രി സെൽഷ്യസ് ചൂടിൽ മൂന്ന് ഭൗമദിനങ്ങൾ ചെലവഴിച്ച ശേഷമാണ് ഈ ദൗത്യസംഘം ഭൂമിയിലേക്ക് മടങ്ങിയത്.

ചന്ദ്രനിൽ മനുഷ്യനെ ഇറക്കാനുള്ള ദൗത്യങ്ങളിൽ അവസാനത്തേതായിരുന്നു അപ്പോളോ–17. ഈ ദൗത്യത്തോടെ ആറുതവണ മനുഷ്യനെ ചന്ദ്രനിലിറക്കി എന്ന ബഹുമതിയും അമേരിക്ക കരസ്ഥമാക്കി. സാറ്റേൺ–5 റോക്കറ്റുപയോഗിച്ചായിരുന്നു വിക്ഷേപണം. 1972 ഡിസംബർ 7 ന് അന്താരാഷ്ട്ര സമയം 5.33 ന് ചന്ദ്രനിലെ ടോറസ് ലിട്രോവ് എന്ന സ്ഥലത്ത് പേടകം ഇറങ്ങി. മൂന്ന് ഭൗമദിനങ്ങളും മൂന്ന് മണിക്കൂറുമാണ് രണ്ട് യാത്രികർ ചന്ദ്രോപരിതലത്തിൽ ചെലവഴിച്ച് വിവിധ പരീക്ഷണങ്ങൾ നടത്തിയത്. ദൗത്യത്തിന്റെ കമാൻഡർ യൂജിൻ സെർനൻ ആയിരുന്നു. കമാൻഡ് മൊഡ്യൂൾ പൈലറ്റായ റൊണാൾഡ് ഇവാൻസും, ലൂണാർ മൊഡ്യൂൾ പൈലറ്റായ ഹാരിസൺ ഷ്മിത്തുമായിരുന്നു മറ്റുയാത്രികർ. യൂജിൻ സെർനനും, ഹാരിസൺ ഷ്മിത്തും ചന്ദ്രോപരിതലത്തിലിറങ്ങി വിവിധ പരീക്ഷണങ്ങൾ നടത്തിയപ്പോൾ റൊണാൾഡ് ഇവാൻസ് ചന്ദ്രനു ചുറ്റുമുള്ള ഭ്രമണപഥത്തിൽ തന്നെ തുടർന്നു. സെർനനും ഷ്മിത്തും ചന്ദ്രനിൽ താപപ്രവാഹ പരീക്ഷണം നടത്തി. ചാന്ദ്രജീപ്പിൽ യാത്ര ചെയ്തു. തെർമോമീറ്റർ പ്രവർത്തിപ്പിച്ചു. അഗ്നിപർവ്വതങ്ങളെക്കുറിച്ചുള്ള പഠനമായിരുന്നു ലക്ഷ്യം. ചാന്ദ്രപേടകം ഇറങ്ങിയ സ്ഥലത്തെ ധൂളിയിൽ അവരുടെ കാലുകൾ 25 സെന്റിമീറ്ററോളം താഴ്ന്ന് പോയിരുന്നു. അവിടെ കണ്ടെത്തിയ ഇളം ചുമപ്പുനിറത്തിലുള്ള പാറകളിൽ പിന്നീട് ജല

സാന്നിദ്ധ്യം സ്ഥിരീകരിച്ചു. പേടകത്തിൽനിന്ന് ആദ്യം ചന്ദ്രോപരിതലത്തിലേക്ക് ഇറങ്ങിയത് യൂജിൻ സെർനൻ ആണ്. ഹാരിസൺ ഷ്മിത്ത് പിന്നീടാണ് ഇറങ്ങിയത്. അങ്ങനെ നോക്കുമ്പോൾ ചന്ദ്രനിൽ ഇറങ്ങിയ അവസാനത്തെ മനുഷ്യൻ ഹാരിസൺ ഷ്മിത്ത് ആണെന്ന് പറയാം. എന്നാൽ പേടകത്തിലേക്ക് ആദ്യം തിരിച്ചുകയറിയതും ഹാരിസൺ ഷ്മിത്ത് തന്നെയായിരുന്നു. ഏതാനും സമയത്തിനുശേഷമാണ് യൂജിൻ സെർനൻ പേടകത്തിലേക്ക് മടങ്ങിയത്. അങ്ങനെ നോക്കുമ്പോൾ ചന്ദ്രോപരിതലത്തിൽ അവസാനമായി നടന്നത് യൂജിൻ സെർനൻ ആണെന്നുപറയാം. 1972 ഡിസംബർ 14 ന് അവർ ഭൂമിയിലേക്കുള്ള മടക്കയാത്ര ആരംഭിച്ചു. ഡിസംബർ 19 ന് സുരക്ഷിതമായി ഭൂമിയിൽ തിരിച്ചെത്തുകയും ചെയ്തു.

ചന്ദ്രനിൽ വച്ച് ഏറ്റവും വിജയകരമായ പരീക്ഷണങ്ങൾ നടത്തുകയും കൂടുതൽ സമയം ചെലവഴിക്കുകയും ചെയ്തത് യൂജിൻ സെർനൻ കമാൻഡറായുള്ള ദൗത്യമാണ്. ആദ്യ ചാന്ദ്രയാത്രയുടെ പ്രശസ്തി പിന്നീട്ടുള്ള യാത്രകൾക്ക് കിട്ടാത്തത് സ്വാഭാവികമാണ്. എന്നാൽ ശാസ്ത്രലോകത്ത് ഏറ്റവുമധികം ആദരിക്കപ്പെടുന്നത് അവസാനത്തെ ചാന്ദ്രയാത്രയാണ്. യൂജിൻ സെർനൻ എന്ന ബഹിരാകാശ സഞ്ചാരിയുടെ പ്രതിഭ മുദ്രണം ചാർത്തിയ ജീവിതത്തിലൂടെയും മനുഷ്യന്റെ ചാന്ദ്രപര്യവേഷണങ്ങളിലൂടെയും ഒരിക്കൽക്കൂടെ സഞ്ചരിക്കാം.

ലാസ്റ്റ് മാൻ ഓൺ ദ മൂൺ

ആയിരത്തിത്തൊള്ളായിരത്തി മുപ്പത്തിനാല് മാർച്ച് 14 ന് ചിക്കാഗോയിലെ ഇല്ലിനോയിയിലാണ് യൂജിൻ സെർനൻ ജനിച്ചത്. സ്ലോവാക് വംശജനായ ആൻഡ്രുവും ചെക്ക് വംശജയായ റോസുമാണ് മാതാപിതാക്കൾ. പഠനത്തിൽ സമർത്ഥനായ യൂജിന്റെ വിനോദങ്ങൾ സ്പോർട്ട്സും, മീൻപിടിത്തവും, വേട്ടയാടലും, കുതിര സവാരിയുമെല്ലാമായിരുന്നു. ഇലക്ട്രിക്കൽ എഞ്ചിനീയറിങ്ങിലും എയ്റോനോട്ടിക്കൽ എഞ്ചിനീയറിങ്ങിലും ബിരുദാനന്തര ബിരുദം കരസ്ഥമാക്കിയ യൂജിൻ യു എസ് നാവിക സേനയിൽ അംഗമായി. നേവി ഓഫീസർ എന്ന നിലയിൽ അദ്ദേഹം 5000 മണിക്കൂർ വിമാനം പറത്തിയിട്ടുണ്ട്. ഇതിൽ 4800 മണിക്കൂറും ജെറ്റ് വിമാനങ്ങളായിരുന്നു. 1963 ലാണ് ജെമിനി, അപ്പോളോ ദൗത്യങ്ങളുടെ ഭാഗമാകാനായി സെർനൻ തെരഞ്ഞെടുക്കപ്പെടുന്നത്. സംഭവ ബഹുലമായിരുന്നു അദ്ദേഹത്തിന്റെ നാസയിലുള്ള ജീവിതം. ജിം ലോവലിനും ജോൺ യങ്ങിനും പുറമെ രണ്ടുതവണ ചാന്ദ്രയാത്ര നടത്തിയത്. യൂജിൻ സെർനൻ മാത്രമാണ്. അപ്പോളോ–10 ലൂണാർ ലാൻഡിങ് ദൗത്യത്തിലും അപ്പോളോ–17 ദൗത്യത്തിലും സെർനനായിരുന്നു മിഷൻ കമാൻഡർ. 1969 മെയ് 26 ന് ചന്ദ്രനിൽനിന്ന് ഭൂമിയിലേക്കുള്ള മടക്കയാത്രയിൽ അപ്പോളോ–10 പേടകം മണിക്കൂറിൽ 39,897 കിലോമീറ്റർ വേഗത കൈവരിച്ചിരുന്നു. മനുഷ്യനെയും വഹിച്ചുകൊണ്ടുള്ള യാത്രയിൽ ഒരു ബഹിരാകാശ പേടകം കൈവരിച്ച ഏറ്റവും ഉയർന്ന വേഗതയാണിത്. ഹാരിസൺ ഷ്മിറ്റ് എന്ന ശാസ്ത്രജ്ഞനെക്കൂടി അപ്പോളോ–17 ദൗത്യത്തിന്റെ ഭാഗമാക്കിയത് സെർനന്റെ ശ്രമഫലമായാണ്.

1976 ൽ നാസയിൽനിന്നു വിരമിച്ച സെർനൻ പിന്നീട് ബിസിനസി

ലാണ് ശ്രദ്ധ പതിപ്പിച്ചത്. *ദ് ലാസ്റ്റ് മാൻ ഓൺ ദ മൂൺ* ആണ് അദ്ദേഹത്തിന്റെ ജീവചരിത്രം. ബഹിരാകാശ പദ്ധതികൾക്കുള്ള ധനസഹായം വെട്ടിക്കുറച്ച ബരാക് ഒബാമയുടെ നയങ്ങളുടെ മുഖ്യ വിമർശകനായിരുന്നു സെർനൻ. അമേരിക്കൻ ആസ്ട്രോനോട്ടിക്കൽ സൊസൈറ്റി, എക്സ്പെരിമെന്റൽ ടെസ്റ്റ് പൈലറ്റ്സ് സൊസൈറ്റി, നാഷണൽ എഞ്ചിനീയറിങ് സൊസൈറ്റി, നാഷണൽ സോഷ്യൽ ഫ്രാറ്റേണിറ്റി, എക്സ്പ്ലോറേഴ്സ് ക്ലബ് എന്നീ സംഘടനകളിലെല്ലാം അദ്ദേഹം പ്രവർത്തിച്ചിരുന്നു. നിരവധി പുരസ്കാരങ്ങളും സെർനന് ലഭിച്ചിട്ടുണ്ട്. യു എസ് ആസ്ട്രോനോട്ട് ഹാൾ ഓഫ് ഫെയിം, ഇന്റർനാഷണൽ സ്പേസ് ഹാൾ ഓഫ് ഫെയിം, ഗ്രേറ്റ് അമേരിക്കൻ അവാർഡ് എന്നിവ അവയിൽ ചിലതാണ്.

1958 ആഗസ്ത് 17 ന് അമേരിക്കൻ എയർ ഫോഴ്സിന്റെ ഏബിൾ –1 ദൗത്യത്തോടെയാണ് ചാന്ദ്ര പര്യവേഷണത്തിന്റെ ചരിത്രം തുടങ്ങുന്നത്. അതേ വർഷം സെപ്തംബർ 23 ന് സോവിയറ്റ് യൂണിയൻ E1 No.1 ദൗത്യത്തോടെ ചാന്ദ്രപര്യവേഷണത്തിൽ തങ്ങളുടെ സാന്നിദ്ധ്യവുമറിയിച്ചു. എന്നാൽ ഈ രണ്ടു ദൗത്യങ്ങളും പരാജയമായിരുന്നു. ഇവ മാത്രമല്ല അമേരിക്കയും റഷ്യയും നടത്തിയ തുടർച്ചയായ പത്തു ദൗത്യങ്ങളും പരാജയത്തിൽ കലാശിച്ചു. ഒടുവിൽ 1959 സെപ്തംബർ 12 ന് സോവിയറ്റ് യൂണിയൻ വിക്ഷേപിച്ച ലൂണ –2 ദൗത്യത്തോടെയാണ് ചാന്ദ്രപര്യവേഷണത്തിന്റെ ആധുനികയുഗം പിറക്കുന്നത്.

ലൂണാർ ബേസുകൾ

ഭൂമിക്കുവെളിയിൽ ഔട്ട്പോസ്റ്റുകൾ സ്ഥാപിക്കുന്നത് അത്ര എളുപ്പമൊന്നുമല്ല. ഭൂമിയുടെ ഏറ്റവും അടുത്തുള്ള ചന്ദ്രനിൽപ്പോലും അതൊരു വലിയ കടമ്പ തന്നെയായിരിക്കും. അന്തരീക്ഷമില്ലാത്ത ചന്ദ്രനില താപനില 95 കെൽവിൻ മുതൽ 400 കെൽവിൻ വരെ ഏറിയും കുറഞ്ഞും ഇരിക്കും. സൂര്യപ്രകാശം പതിക്കുന്ന പ്രദേശങ്ങളിൽ അത്യുഷ്ണവും നിഴലിൽ അതിശൈത്യവുമായിരിക്കും. അന്തരീക്ഷമില്ലാത്തതു കൊണ്ട് താപം വിതരണം ചെയ്യുന്നതിന് ഭൂമിയിലേതുപോലെ സംവഹനം വഴി സാദ്ധ്യമല്ലാത്തതുകൊണ്ടാണ് ഇങ്ങനെ സംഭവിക്കുന്നത്. വായു കണികകളിൽ തട്ടി സൂര്യപ്രകാശത്തിന് വിസരണം സംഭവിക്കുന്നതുകൊണ്ടാണ് ഭൂമിയിലെ നിഴലുകൾക്ക് കൃത്യമായ അതിരുകളില്ലാത്തതും സൂര്യപ്രകാശം നേരിട്ടു പതിക്കാത്ത ഇടങ്ങളിൽ പോലും വെളിച്ചമുണ്ടാകുന്നതും. എന്നാൽ ചന്ദ്രനിൽ ഇങ്ങനെയല്ല കാര്യങ്ങൾ. ഒരു കണ്ണാടിയിൽത്തട്ടി പ്രകാശം പ്രതിഫലിക്കുന്നതിന് സമാനമാണ് അവിടെ കാര്യങ്ങൾ. നിഴലിന് കൃത്യമായ അതിരുണ്ടായിരിക്കും. സൂര്യപ്രകാശം പതിക്കാത്ത ഇടങ്ങളിൽ കൂരിരുട്ടായിരിക്കും. ചന്ദ്രനിലെ വലിയ ഗർത്തങ്ങളിൽ ഇതുവരെ സൂര്യപ്രകാശം എത്തിനോക്കിയിട്ടുപോലുമില്ല.

ചന്ദ്രന്റെ കുറഞ്ഞ ഗുരുത്വാകർഷണ ബലം വരുത്തിവയ്ക്കുന്ന അപകടം നിസ്സാരമല്ല. ഭൂമിയുടെ ആറിലൊന്നുമാത്രമാണ് ചന്ദ്രന്റെ ഗുരുത്വാകർഷണ ബലം. കുറഞ്ഞ ഗുരുത്വ മേഖലയിൽ ദീർഘകാലം കഴിയുന്നത് അസ്ഥികളും പേശികളും ദുർബ്ബലമാകുന്നതിന് കാരണമാകും. രോഗ പ്രതിരോധ ശേഷി ക്രമേണ നഷ്ടമാകും. സൂര്യനിൽനിന്നു പുറപ്പെടുന്ന തീവ്ര വികിരണങ്ങളും മറ്റ് ബഹിരാകാശ സ്രോതസ്സുകളിൽനിന്നു വരുന്ന കോസ്മിക് കിരണങ്ങളും ഭൂമിയിലെത്തിയാൽ അത് ഭൗമജീ

വനെയൊന്നാകെ കരിച്ചുകളയും. ഭൗമാന്തരീക്ഷത്തെ ഛിന്നഭിന്നമാക്കുകയും ചെയ്യും. ഇത്തരം വികിരണങ്ങൾ ഭൗമാന്തരീക്ഷത്തിലെത്താതെ തടഞ്ഞുനിർത്തുന്നത് ഭൂമിക്കു ചുറ്റുമുള്ള കാന്തികമണ്ഡലമാണ്. ഭൂമിയുടെ അന്തർഭാഗത്തുള്ള ഉറച്ച കോറും, ദ്രാവകാവസ്ഥയിലുള്ള മാന്റിലും ചേർന്നാണ് ഈ കാന്തികമണ്ഡലം സൃഷ്ടിക്കുന്നത്. ദ്രാവകാവസ്ഥയിലുള്ള മാന്റിലിൽ നടക്കുന്ന സംവഹനവും ഉറച്ചു ഖരാവസ്ഥയിലായ കോറും ഒരു ആന്തര ഡൈനമോ പോലെയാണ് പ്രവർത്തിക്കുന്നത്. എന്നാൽ ചന്ദ്രന്റെ ഉൾഭാഗം ഏറക്കുറെ ഖരാവസ്ഥയിലായിക്കഴിഞ്ഞതുകൊണ്ട് ആന്തര സംവഹന പ്രവർത്തനങ്ങൾ നടക്കുന്നില്ല. അതുകൊണ്ടുതന്നെ ചന്ദ്രന്റെ കാന്തികമണ്ഡലം ഇല്ലാത്തതുകൊണ്ട് വികിരണങ്ങൾ നിർബ്ബാധം ചന്ദ്രനിൽ പതിക്കും. ചന്ദ്രന്റെ അന്തരീക്ഷം നഷ്ടപ്പെട്ടതും ഇക്കാരണത്താലാണ്. മൂൺ ബേസിൽ താമസിക്കുന്ന മനുഷ്യർക്ക് ഈ വികിരണങ്ങൾ അങ്ങേയറ്റം ഹാനികരമാണ്. അന്തരീക്ഷമില്ലാത്തതു കൊണ്ട് വീണ്ടും അപകടങ്ങൾ പതിയിരിക്കുന്നുണ്ട്. ഓരോ വർഷവും വലുതും ചെറുതുമായി ലക്ഷക്കണക്കിന് ഉൽക്കകൾ ഭൂമിയിലേക്ക് വീഴുന്നുണ്ട്. ഇവയിൽ ഭൂരിഭാഗവും ഭൗമാന്തരീക്ഷത്തിന്റെ ഘർഷണം കാരണം ഭൂമിയിലെത്താതെ അന്തരീക്ഷത്തിൽ വച്ചുതന്നെ കത്തിത്തീരുകയാണ് പതിവ്. എന്നാൽ അന്തരീക്ഷമില്ലാത്തതുകൊണ്ട് ഉല്ക്കകൾ ചന്ദ്രോപരിതലത്തിൽ നിർബ്ബാധം പതിച്ചുക്കൊണ്ടിരിക്കും. ഇത് മൂൺ ബേസിനും അവിടുള്ള മനുഷ്യർക്കും അപകടമുൺാക്കും. അത്യധികം മിനുസമേറിയതും കണ്ണാടി പോലെ തിളക്കമുള്ളതും വെടിമരുന്നിന്റെ ഗന്ധമുള്ളതുമാണ് ചാന്ദ്രധൂളി. മിനുസമേറിയ ഈ ധൂളി മൂൺബേസ് നിർമ്മാണത്തിനുപയോഗിക്കുന്ന ഉപകരണങ്ങളിൽ ഒട്ടിപ്പിടിച്ചാൽ അത് നീക്കം ചെയ്യുക പ്രയാസമാണ്. കാറ്റും മഴയുമില്ലാത്തതുകൊണ്ട് അത് ഒലിച്ചുപോവുകയുമില്ല. ഉപകരണങ്ങളുടെ പ്രവർത്തനത്തെ ചാന്ദ്രധൂളി തകരാറിലാക്കും. ചെടികൾ നട്ടുവളർത്താൻ കഴിയുമെന്ന് ശാസ്ത്രജ്ഞർ പ്രതീക്ഷിക്കുന്നുണ്ടെങ്കിലും 354 മണിക്കൂർ ദൈർഘ്യമുള്ള രാത്രിയും, താപനിലയിലുണ്ടാകുന്ന വളരെ വലിയ അന്തരവും, നൈട്രജൻ കുറഞ്ഞ മണ്ണും, വിത്തുവിതരണത്തിനാവശ്യമായ ജീവികളുടെ അഭാവവും ചന്ദ്രനിലെ കൃഷിയെ എത്രത്തോളം വിജയകരമാക്കും എന്ന് പ്രവചിക്കാൻ കഴിയില്ല. കൃത്രിമ വെളിച്ചവും ക്രമീകരിച്ച അന്തരീക്ഷ മർദ്ദവും നിലനിർത്തുന്ന സ്ഫടിക ചേമ്പറിലായിരിക്കണം ചെടികളെ വളർത്തുന്നത്. ഈ പ്രതിബന്ധങ്ങളെല്ലാം മറികടന്നുവേണം ചന്ദ്രനിൽ കോളനി സ്ഥാപിക്കുന്നത്.

ധ്രുവമേഖലയാണ് ഇടത്താവളങ്ങൾ സ്ഥാപിക്കുവാൻ ഏറെ അനുയോജ്യം. ധ്രുവമേഖലകളിലാണ് ഏറ്റവുമധികം ജലസാന്നിദ്ധ്യം കണ്ടെത്തിയിട്ടുള്ളത്. കൂടാതെ ചന്ദ്രന്റെ റൊട്ടേഷൻ ആക്സിസ്, എക്ലിപ്ടിക് പ്ലെയിനുമായി ഏറക്കുറെ ലംബമായതിനാൽ ധ്രുവമേഖലയിൽ മുഴുവൻ സമയവും സൂര്യപ്രകാശം ലഭിക്കും. ഗ്രഹണ സമയത്തല്ലാതെ ചന്ദ്രന്റെ ധ്രുവമേഖലകളിൽ ഇരുട്ടുണ്ടാവില്ല. അതിനാൽ സോളാർ പാനലുകൾ

ഉപയോഗിച്ച് വൈദ്യുതി ഉല്പാദിപ്പിക്കാൻ ധ്രുവമേഖലയിൽ അനായാസം സാധിക്കും. കൂടാതെ ഗ്രഹണങ്ങൾ കൃത്യമായി പ്രവചിക്കാൻ കഴിയുന്നതുകൊണ്ട് ഇരുട്ടുണ്ടാകുന്ന സമയത്ത് മൂൺബേസിലെ വൈദ്യുതി ആവശ്യങ്ങൾ നിർവ്വഹിക്കുവാൻ ഹൈഡ്രജൻ ഫ്യുവൽ സെല്ലുകൾ ഉപയോഗിക്കുവാൻ കഴിയും. ചന്ദ്രന്റെ ദക്ഷിണ ധ്രുവമേഖലയിലെ ഷാക്കിൽട്ടൺ ഗർത്തത്തിന് സമീപമുള്ള കുന്നിൻ പ്രദേശമാണ് ലൂണാർ ബേസ് നിർമ്മാണത്തിന് ആദ്യ പരിഗണന നല്കിയിരിക്കുന്നത്. ചന്ദ്രനിൽ ഏറ്റവുമധികം സൂര്യപ്രകാശം ലഭിക്കുന്ന മേഖലയാണിത്. ഷാക്കിൽട്ടൻ ഗർത്തത്തിലാണ് ഏറ്റവുമധികം ജലസാന്നിദ്ധ്യം കണ്ടെത്തിയിട്ടുള്ളതും. കുന്നിൻ മുകളിലെ ബേസിൽ നിന്ന് ഗർത്തത്തിലേക്ക് 116 കിലോ മീറ്റർ മാത്രമാണ് ദൂരം. ജ്യോതിശാസ്ത്ര ഗവേഷണ രംഗത്ത് വളരെ പ്രാധാന്യമുള്ള സ്പോട്ട് ആണ് ഷാക്കിൽട്ടൺ ഗർത്തം. ഇൻഫ്രാറെഡ് തരംഗദൈർഘ്യത്തിൽ ഈ ഗർത്തത്തിൽ നിരീക്ഷണം നടത്താൻ കഴിയും. മാത്രവുമല്ല ഷാക്കിൽട്ടൺ ഗർത്തത്തിന് സമീപമുള്ള ഷൂമാക്കർ ക്രാറ്ററിലും മറ്റ് ചെറിയ ഗർത്തങ്ങളിലും ഹൈഡ്രജന്റെ സാന്നിദ്ധ്യവും കണ്ടെത്തിയിട്ടുള്ളണ്ട്. 5000 മീറ്റർ ഉയരമുള്ള മലാപെർട് കൊടുമുടിയിൽ നിന്നുള്ള കമ്മ്യൂണിക്കേഷൻ സിസ്റ്റത്തിന് ചന്ദ്രന്റെ വലിയൊരു മേഖല കവർ ചെയ്യാൻ കഴിയും. ഭൂമിയിലേക്കുള്ള വാർത്താവിനിമയവും ഏറെ സുഗമമാകും. ദക്ഷിണ ധ്രുവത്തിലുള്ള എയ്റ്റ്കെൻ സമതലവും ലൂണാർ ബേസ് നിർമ്മാണത്തിന് അനുയോജ്യമാണെന്ന് കണ്ടെത്തിയിട്ടുണ്ട്. നാസയുടെ ഇടത്താവളങ്ങൾ ഈ രണ്ട് ഇടങ്ങളിലായിരിക്കുമെന്നാണ് പറയുന്നത്.

ചന്ദ്രന്റെ ഉത്തരധ്രുവമേഖലയിലുള്ള പിയറി ഗർത്തത്തിന്റെ വക്കിലുള്ള പ്രദേശവും ബേസ് നിർമ്മാണത്തിന് അനുയോജ്യമാണ്. ഗർത്തത്തിന്റെ വക്കുകൾ വർഷത്തിൽ മുഴുവൻ സമയവും സൂര്യപ്രകാശത്തിൽ തിളങ്ങുന്നുണ്ടെന്ന് നാസയുടെ ക്ലമന്റൈൻ ദൗത്യം കണ്ടെത്തിയിട്ടുണ്ട്. മാത്രവുമല്ല ഈ പ്രദേശത്തെ താപനില ഏറക്കുറെ സ്ഥിരവുമാണ്. ശരാശരി –50 ഡിഗ്രി സെൽഷ്യസ് ആണ് ഇവിടെ ചൂട്. ഇത് അന്റാർട്ടിക്കയിലേയും സൈബീരിയയിലേയും ശൈത്യകാല താപനിലയ്ക്ക് തുല്യമാണ്. പിയറി ക്രാറ്ററിന്റെ അടിത്തട്ടിലും ഹൈഡ്രജൻ സാന്നിദ്ധ്യം കണ്ടെത്തിയിട്ടുണ്ട്. എന്നാൽ സൗരവാതങ്ങളുടെ ആക്രമണം ധ്രുവമേഖലയിലെ വൈദ്യുത ശൃംഖലയെ തകരാറിലാക്കാനിടയുണ്ട്.

ന്യൂക്ലിയർ ഫ്യൂഷൻ റിയാക്ടറുകളിൽ ഉപയോഗിക്കുന്ന ദുർല്ലഭ മൂലകമായ ഹീലിയം–3 കൊണ്ട് സമ്പന്നമാണ് ചന്ദ്രന്റെ മദ്ധ്യരേഖാ പ്രദേശം. സൗരവാതങ്ങളാണ് ചന്ദ്രോപരിതലത്തിൽ ഹീലിയം–3 നിക്ഷേപിക്കുന്നത്. മദ്ധ്യരേഖാ പ്രദേശത്തുള്ള 'ഓഷ്യാനസ് പ്രൊസല്ലാറം' സമതലത്തിൽ നിരവധി കൃത്രിമ ഉപഗ്രഹങ്ങൾ ഇറങ്ങിയിട്ടുണ്ട്. ചന്ദ്രന്റെ ഭൂമിക്കഭിമുഖമായി വരാത്ത ഭാഗവും ലൂണാർ ബേസ് നിർമ്മാണത്തിന് യോജിക്കുന്നതാണോ എന്ന് നോക്കുന്നുണ്ട്. എന്നാൽ ഇവിടെനിന്ന് ഭൂമിയിലേക്ക് നേരിട്ടുള്ള കമ്യൂണിക്കേഷൻ സാദ്ധ്യമാകില്ല. രണ്ടാം ലെഗ്രാൻഷ്യൻ പോയിന്റിൽ ഒരു കമ്യൂണിക്കേഷൻ സാറ്റലൈറ്റ് സ്ഥാപിച്ചാൽ

ഈ പ്രശ്നം തരണം ചെയ്യാൻ കഴിയും. സൂര്യന്റേയും ഭൂമിയുടേയും ഗുരുത്വാകർഷണബലം നിർവ്വീര്യമാകുന്ന സ്ഥാനങ്ങളാണ് ലെഗ്രാൻഷ്യൻ പോയിന്റുകൾ. സ്പേസിൽ ഇത്തരം നിരവധി സ്ഥാനങ്ങളുണ്ട്. ഇവിടെ സ്ഥാപിക്കുന്ന കൃത്രിമ ഉപഗ്രഹങ്ങൾക്ക് സ്ഥാനചലനമുണ്ടാകില്ല. 2018 ൽ നാസ വിക്ഷേപിക്കുന്ന ജെയിംസ് വെബ് സ്പേസ് ടെലസ്കോപ്പ് ഭൂമിയിൽ നിന്നും 15 ലക്ഷം കിലോമീറ്റർ അകലെയുള്ള ലെഗ്രാൻഷ്യൻ പോയിന്റിലാണ് നിലനിർത്തുന്നത്. ഭൂമിയിൽ നിന്നുള്ള അനാവശ്യ റേഡിയോ സിഗ്നലുകൾ തടസ്സമാകാതെ വലിയ റേഡിയോ ടെലസ്കോപ്പുകൾ സ്ഥാപിക്കാൻ ചന്ദ്രന്റെ ഫാർസൈഡ് അനുയോജ്യമാണ്. അന്തരീക്ഷത്തിന്റെ അസ്വസ്ഥതകൾ ഇല്ലാത്തതുകൊണ്ട് ഒപ്ടിക്കൽ ടെലസ്കോപ്പുകൾക്കും ചന്ദ്രോപരിതലം അനുയോജ്യമാണ്. പക്ഷേ, ഇതുവരെ ചന്ദ്രന്റെ ഫാർസൈഡിൽ ഗ്രൗണ്ട് എക്സ്പ്ലോറേഷനുകളൊന്നും നടന്നിട്ടില്ല. ഫാർസൈഡിലുള്ള ഗർത്തത്തിലാണ് ഏറ്റവുമധികം ഹീലിയം–3 ഉള്ളതെന്നാണ് കണക്കുകൂട്ടുന്നത്. ഭൂമിക്ക് അഭിമുഖമായി വരുന്ന വശത്ത് അയോണുകളുടെ സാന്നിദ്ധ്യം കുറവാണ്. ഭൂമിയുടെ കാന്തിക മണ്ഡലം ഒരു പരിധിവരെ സൗരവാതങ്ങളിലുള്ള അയോണുകളെ തടഞ്ഞു നിർത്തുന്നതു കൊണ്ടാണിത്. എന്നാൽ ഫാർസൈഡിലെ സ്ഥിതി ഇങ്ങനെയല്ല. സൗരവാതങ്ങൾ നിർബ്ബാധം പതിക്കുന്നതുകൊണ്ട് അവിടം അയോൺ സമ്പന്നമാണ്.

ലാവാട്യൂബുകളാണ് മറ്റൊരു മൂൺ ബേസ് പ്രൊപോസൽ. ഉപരിതലത്തിന് കീഴെയുള്ള ഇടത്താവളമാണ് ഇതുകൊണ്ട് ഉദ്ദേശിക്കുന്നത്. ചന്ദ്രോപരിതലത്തിലെ താപനിലയുടെ ഏറ്റക്കുറച്ചിലുകൾ ഉപരിതലത്തിന് കീഴിൽ ഉണ്ടാകുന്നില്ല. അവിടുത്തെ ശരാശരി താപനില –5 ഡിഗ്രി സെൽഷ്യസാണ്. ഒരു സാധാരാണ റൂം ഹീറ്റർ കൊണ്ടുതന്നെ ഈ പ്രശ്നം പരിഹരിക്കുവാൻ കഴിയും. ധാതുക്കൾ കൊണ്ട് സമ്പന്നമായ ചാന്ദ്രഗർത്തങ്ങളിലും ഇത്തരം ഇടത്താവളങ്ങൾ സ്ഥാപിക്കുവാൻ കഴിയും. ചന്ദ്രോപരിതലത്തിലോ ഉപരിതലത്തിനടിയിലോ അല്ലാതെ പൊങ്ങിക്കിടക്കുന്ന തരത്തിലുള്ള സിലിണ്ടർ ആകൃതിയിലുള്ള ഔട്ട് പോസ്റ്റുകളും പരിഗണനയിലുണ്ട്.

സൗരോർജ്ജമുപയോഗിച്ചുള്ള വൈദ്യുതോല്പാദനത്തോടൊപ്പം ആണവ വൈദ്യുത നിലയങ്ങളും നാസ പരിഗണിക്കുന്നുണ്ട്. ന്യൂക്ലിയർ ഫിഷൻ പവർ സ്റ്റേഷൻ ഉപയോഗിച്ച് 40 കിലോ വാട്ട് വൈദ്യുതി ഉല്പാദിപ്പിക്കാനുള്ള നിർദ്ദേശമാണ് മുഖ്യ പരിഗണനിയിലുള്ളത്. ഭൂമിക്കും ചന്ദ്രനുമിടയിലുള്ള യാത്രയാണ് മറ്റൊരു പ്രശ്നം. കെമിക്കൽ പ്രൊപൽഷൻ ആധാരമായി പ്രവർത്തിക്കുന്ന റോക്കറ്റുകൾക്ക് ഈ യാത്രയ്ക്ക് ആറ് ദിവസം വേണ്ടിവരും. അതിനാൽ മറ്റ് പ്രൊപൽഷൻ സംവിധാനങ്ങളെ കൂടി ആശ്രയിക്കണം. യൂറോപ്യൻ സ്പേസ് ഏജൻസി 2003 –2006 കാലഘട്ടത്തിൽ പരീക്ഷിച്ച സ്മാർട്ട –1 ദൗത്യത്തിൽ 'ഹാൾ എഫക്ട് ത്രസ്റ്ററുകൾ' പരീക്ഷിച്ചിരുന്നു. 'ഇലക്ട്രിക് പ്രൊപൽഷൻ' എൻജിനുകൾ വികസിപ്പിച്ചെടുത്താൽ ചാന്ദ്രയാത്രകൾ കൂടുതൽ എളുപ്പമാകും. 'സ്പേസ് എലവേറ്റർ' സംവിധാവനവും ഉപയോഗിക്കുവാൻ കഴിയും.

ചന്ദ്രനിൽ ഖനനം

സാങ്കേതികവിദ്യ മാത്രമല്ല സാമ്പത്തിക ചെലവും മൂൺ ബേസ് നിർമ്മാണത്തിൽ ചർച്ച ചെയ്യപ്പെടേണ്ടതുണ്ട്. മനുഷ്യരെ ചന്ദ്രനിലെത്തിക്കുന്നതിനാണ് യന്ത്രസാമഗ്രികൾ എത്തിക്കുന്നതിനേക്കാൾ കൂടുതൽ ചെലവ് വരുന്നത്. അയോൺ പ്രൊപൽഷൻ, സോളാർ സെയിൽ, മൊമന്റം എക്സ്ചേഞ്ച് ടെതർ സിസ്റ്റം, സ്പേസ് എലവേറ്റർ തുടങ്ങിയ സംവിധാനങ്ങൾ ഉപയോഗിച്ച് സാധനസാമഗ്രികൾ ചന്ദ്രനിലെത്തിക്കുവാൻ കഴിയും. ഇപ്പോഴത്തെ നിലയിൽ ഒരു കിലോഗ്രാം ഭാരമുള്ള വസ്തു ചന്ദ്രനിലെത്തിക്കണമെങ്കിൽ ഏകദേശം 4 കോടി യു എസ്. ഡോളർ ചെലവാകും. ഇലക്ട്രിക് ആക്സിലറേറ്ററുകൾ ഉപയോഗിക്കാൻ കഴിഞ്ഞാൽ ചെലവ് നാലിലൊന്നായി കുറയ്ക്കാൻ കഴിയും. സിസ്–ലൂണാർ ട്രാൻസ്പോർട്ട് സിസ്റ്റം പോലെയുള്ള നൂതന സാങ്കേതികവിദ്യ ഉപയോഗിക്കാനായാൽ ചെലവ് വീണ്ടും കുറയും. അതെന്തായാലും ലൂണാർ ബേസുകൾ യാഥാർത്ഥ്യമായിക്കഴിഞ്ഞാൽ ഭാവിയിലെ ഗ്രഹാന്തരയാത്രകളുടെ ചെലവ് ഗണ്യമായി കുറയ്ക്കാൻ കഴിയും. ഭൂമിയിൽനിന്ന് ഒരു റോക്കറ്റ് വിക്ഷേപിക്കുന്ന ചെലവുമായി താരതമ്യം ചെയ്യുമ്പോൾ വളരെ നിസ്സാരമായിരിക്കുമത്. ചന്ദ്രന്റെ കുറഞ്ഞ ഗുരുത്വാകർഷണ ബലവും, കുറഞ്ഞ നിഷ്ക്രമണ പ്രവേഗവുമാണ് കാര്യങ്ങൾ സുഗമമാക്കുന്നത്. വിക്ഷേപണത്തിന് ആവശ്യമായ ഇന്ധനം ചന്ദ്രനിൽ ഖനനം നടത്തി ശേഖരിക്കാനും കഴിയും. ഹൈഡ്രജനും ഹൈഡ്രോക്സിൽ രൂപത്തിലുള്ള ജലവും ചന്ദ്രനിലുണ്ടെന്ന് തിരിച്ചറിഞ്ഞുകഴിഞ്ഞു.

അപ്പോളോ ദൗത്യങ്ങളുടെ ഭാഗമായി ഭൂമിയിലെത്തിച്ച ചാന്ദ്രശിലകൾ പരിശോധിച്ചതിൽനിന്നും ചന്ദ്രോപരിതലം ധാതുക്കൾകൊണ്ട് സമ്പന്നമാണെന്ന് മനസ്സിലാക്കാൻ കഴിഞ്ഞിട്ടുണ്ട്. ചാന്ദ്രഗർത്തങ്ങളായ മരി

യയിൽനിന്നു ശേഖരിച്ച ശിലകളിൽ 14.9 ശതമാനം അലുമിനിയും (Al_2O_3), 11.8 ശതമാനം കാൽസ്യം ഓക്സൈഡും, 14.1 ശതമാനം അയേൺ ഓക്സൈഡും, 9.2 ശതമാനം മഗ്നീഷ്യവും (MgO), 3.9 ശതമാനം ടൈറ്റാനിയം ഡയോക്സൈഡും (TiO_2), 0.62 ശതമാനം സോഡിയം ഓക്സൈഡും (Na_2O) അടങ്ങിയിട്ടുണ്ട്. ചന്ദ്രനിലെ ഉയർന്ന പ്രദേശങ്ങളിൽനിന്ന് ശേഖരിച്ച ശിലകളിൽ 24 ശതമാനം അലുമിനിയവും, 15.9 ശതമാനം കാത്സ്യം ഓക്സൈഡും, 5.9 ശതമാനം അയൺ ഓക്സൈഡും, 7.5 ശതമാനം മഗ്നീഷ്യവും, 0.6 ശതമാനം ടൈറ്റാനിയം ഡയോക്സൈഡും, സോഡിയം ഓക്സൈഡും അടങ്ങിയിട്ടുണ്ട്. കൂടാതെ ചാന്ദ്രശിലകളിൽ വലിയൊരു അളവിൽ ഓക്സിജനുമുണ്ട്. ഓക്സീകരിക്കപ്പെട്ട ധാതുക്കളുടെ രൂപത്തിലാണ് ഓക്സിജൻ ശേഖരമുള്ളത്. ഈ ഓക്സിജൻ വേർതിരിച്ചെടുക്കാനായാൽ ബഹിരാകാശ സഞ്ചാരികൾക്ക് ശ്വസിക്കുന്നതിനുള്ള ഓക്സിജൻ സംഭരിക്കുന്നതിനും, ജലം ഉല്പാദിപ്പിക്കുന്നതിനും, റോക്കറ്റിൽ ഇന്ധനമായി ഉപയോഗിക്കുന്നതിനും സാധിക്കും.

ഭൂമിയിൽ അപൂർവ്വമായി മാത്രം കാണപ്പെടുന്ന ലോഹങ്ങൾകൊണ്ട് (Rare Earth Metals) സമ്പന്നമാണ് ചന്ദ്രൻ. വ്യാവസായികമായി വളരെയധികം പ്രാധാന്യമുള്ളവയാണ് ഈ ലോഹങ്ങൾ. ഇലക്ട്രോണിക് ഉപകരണങ്ങളുടെ നിർമ്മാണത്തിനാണ് ഇവ കൂടുതലായി ഉപയോഗിക്കുന്നത്. ഇത്തരം അപൂർവ്വ ലോഹങ്ങളുടെ 90 ശതമാനം ശേഖരവും ഇപ്പോൾ ചൈനയിലാണുള്ളത്. ചാന്ദ്രധൂളിയായ റിഗോലിത്തിൽ അടങ്ങിയിട്ടുള്ള ഹൈഡ്രോക്സിൽ രൂപത്തിലുള്ള ജലശേഖരം വേർതിരിക്കാൻ കഴിഞ്ഞാൽ റോക്കറ്റ് ഇന്ധനമായും ഉപയോഗിക്കാൻ കഴിയും. ധ്രുവ മേഖലകളിലും, എപ്പോഴും നിഴലിലായ വലിയ ഗർത്തങ്ങളിലും ഉള്ള റിഗോലിത്തിൽ 10 മുതൽ 1000 ppm (parts per million) വരെയാണ് ജലത്തിന്റെ സാന്ദ്രത. 2010 മാർച്ചിൽ ഇന്ത്യയുടെ ചാന്ദ്രദൗത്യമായ ചാന്ദ്രയാൻ–1 ലെ Mini-RF എന്ന ഉപകരണം ചന്ദ്രന്റെ ഉത്തരധ്രുവ പ്രദേശങ്ങളിലെ 40 വിള്ളലുകളിലായി ഏകദേശം 600 മില്യൺ മെട്രിക് ടണ്ണിലധികം ഐസ് പരലുകളുടെ സൂചന നല്കിയിട്ടുണ്ട്.

2009 നവംബറിൽ നാസയുടെ എൽക്രോസ് (LCROSS) ദൗത്യം ചന്ദ്രന്റെ ദക്ഷിണധ്രുവ മേഖലയിലും വലിയ തോതിലുള്ള ജലസാന്നിദ്ധ്യം കണ്ടെത്തിയിരുന്നു. ദക്ഷിണധ്രുവ മേഖലയിലെ ഷാക്കിൽട്ടൺ ഗർത്തത്തിലെ ധൂളിയുടെ 22 ശതമാനം ഹിമമാണെന്ന് 2012 ൽ നാസയുടെ തന്നെ ലൂണാർ റെക്കണൈസൻസ് ഓർബിറ്റർ (LRO) കണ്ടെത്തിയിട്ടുണ്ട്. ജലസമ്പന്നമായ ധൂമകേതുക്കളും ഉല്ക്കകളുമായുള്ള കൂട്ടിമുട്ടലുകളാണ് ചാന്ദ്രധൂളിയിൽ ഇത്രയധികം ജലമുണ്ടാകാൻ കാരണം. അന്തരീക്ഷമില്ലാത്തതുകൊണ്ട് ഇത്തരം ഉല്ക്കാപതനങ്ങൾ ചന്ദ്രനിൽ നിത്യസംഭവമാണ്. ഇതുകൂടാതെ സൗരവാതങ്ങളിലടങ്ങിയിട്ടുള്ള ഹൈഡ്രജൻ അയോണുകൾ ചാന്ദ്രധൂളിയിലെ ഓക്സിജൻ സമ്പന്ന

മായ ധാതുക്കളുമായി പ്രതിപ്രവർത്തനത്തിലേർപ്പെടുമ്പോഴും ജലമുണ്ടാകുന്നുണ്ട്. ഇതിലുമേറെ പ്രാധാന്യമുള്ളതാണ് ഹീലിയം-3 ആറ്റങ്ങൾ. സൂര്യനിൽ നടക്കുന്ന അണുസംയോജന (Nuclear Fusion) പ്രവർത്തനങ്ങളുടെ ഉപോല്പന്നമായി സൃഷ്ടിക്കപ്പെടുന്ന ഹീലിയം-3 ചന്ദ്രധൂളിയിൽ ധാരാളമുണ്ട്. ഫ്യൂഷൻ റിയാക്ടറുകളിൽ ഇന്ധനമായി ഹീലിയം-3 ഉപയോഗിക്കാൻ കഴിയും.

ചാന്ദ്ര ഖനനത്തിന് ശാസ്ത്രീയമായും വ്യാവസായികമായും വലിയ പ്രാധാന്യമുണ്ട്. ചന്ദ്രനിൽ ഇടത്താവളമുണ്ടാക്കാനുള്ള പദ്ധതിക്ക് ഇത്തരം ഖനനങ്ങൾ വലിയ സഹായമാണ് ചെയ്യുന്നത്. ഔട്ട്പോസ്റ്റ് നിർമ്മാണത്തിനാവശ്യമായ അസംസ്കൃത വസ്തുക്കൾ ചന്ദ്രനിൽനിന്ന് കണ്ടെടുക്കാൻ കഴിഞ്ഞാൽ ഭൂമിയിൽനിന്ന് അവ കൊണ്ടുപോകുന്നതിനുള്ള ബുദ്ധിമുട്ടും ഭാരിച്ച ചെലവും വലിയൊരു ശതമാനം വരെ കുറയ്ക്കാൻ കഴിയും. ചന്ദ്രന്റെ ഗുരുത്വാകർഷണബലം ഭൂമിയുടെ ആറിൽ ഒന്ന് മാത്രമായതിനാൽ ഭൂമിയിൽ ഖനനം നടത്തുന്നതിലും അനായാസമായും ചെലവു കുറച്ചും ചന്ദ്രഖനനം നടത്തുവാൻ കഴിയും. ഇരുമ്പ് പോലെ വ്യാവസായിക പ്രാധാന്യമുള്ള ലോഹങ്ങൾക്കൊണ്ട് സമ്പന്നമാണ് ചാന്ദ്രശിലകൾ. അതുകൂടാതെ ഭാവിയിലെ ചൊവ്വാ ദൗത്യങ്ങൾക്കും ബുധൻ, ശുക്രൻ, യൂറോപ്പ, ടൈറ്റൻ ദൗത്യങ്ങൾക്ക് ഇടത്താവളമൊരുക്കുന്നതിനും ചാന്ദ്രഖനനം ഗുണകരമാകും.

ചാന്ദ്ര ഖനനം അത്ര എളുപ്പമൊന്നുമല്ല. ചന്ദ്രോപരിതലത്തിലെ താപനിലയിലുള്ള ഏറ്റക്കുറച്ചിൽ തന്നെയാണ് ഏറ്റവും മുഖ്യമായുള്ളത്. –173.15 ഡിഗ്രി സെൽഷ്യസ് മുതൽ 116.85 ഡിഗ്രി സെൽഷ്യസ് വരെയാണ് ചന്ദ്രനിലെ താപനില. നിഴലിൽ അതിശൈത്യമാകുമ്പോൾ വെളിച്ചമുള്ള പ്രദേശങ്ങളിൽ അത്യുഷ്ണമായിരിക്കും. അന്തരീക്ഷമില്ലാത്തതാണ് ഇതിന്റെ കാരണം. റേഡിയേഷനാണ് മറ്റൊരു പ്രശ്നം. അന്തരീക്ഷത്തിന്റെ അഭാവവും കാന്തികമണ്ഡലം ഇല്ലാത്തതും കാരണം സൂര്യനിൽനിന്നും കോസ്മിക് കിരണങ്ങളിൽനിന്നുമുള്ള തീവ്രവികിരണങ്ങൾ ചന്ദ്രനിൽ നിർബ്ബാധമെത്തിച്ചേരും. അതിനാൽ ചന്ദ്രനിൽ ദീർഘകാലം താമസിക്കുന്നവർക്ക് ചാർജ്ജിത കണങ്ങളുടെ ആക്രമണം നേരിടേണ്ടി വരും. ചാന്ദ്രധൂളിയാണ് ഇനിയുള്ള പ്രശ്നം. കോടിക്കണക്കിന് വർഷങ്ങൾകൊണ്ട്, ഉല്ക്കാപതനങ്ങളുടെ ഫലമായാണ് ചാന്ദ്രധൂളി രൂപംകൊണ്ടത്. സ്ഫടികസമാനമായ ധൂളി വെടിമരുന്നിന്റെ ഗന്ധമുള്ള നേർത്ത ഹിമപാളി പോലെയാണ് കാണപ്പെടുന്നത്. കാറ്റോ മറ്റു കാലാവസ്ഥാ വ്യതിയാനങ്ങളോ ഇല്ലാത്ത ചന്ദ്രോപരിതലത്തിൽ എത്തിക്കുന്ന ഉപകരണങ്ങളിൽ ഒട്ടിപ്പിടിക്കുന്ന ധൂളി നീക്കം ചെയ്യുന്നത് പ്രയാസമാണ്. ഇത് ഉപകരണങ്ങളുടെ പ്രവർത്തനത്തെ പ്രതികൂലമായി ബാധിക്കും. മനുഷ്യർക്കും ഇത് അപകടമുണ്ടാക്കും. ചന്ദ്രന്റെ കുറഞ്ഞ ഗുരുത്വാകർഷണ ബലവും വലിയൊരു പ്രശ്നമാണ്. ദീർഘകാലം ചന്ദ്രോപരിതലത്തിൽ താമസിച്ചാൽ അത് ബഹിരാകാശ സഞ്ചാരികളുടെ ആരോഗ്യത്തിന് ഹാനികരമാകും.

ആന്തരാവയവങ്ങളുടെ പ്രവർത്തനവും രോഗപ്രതിരോധസംവിധാനവും താറുമാറാവുകയും അസ്ഥികളുടെ കട്ടികുറഞ്ഞ് എളുപ്പത്തിൽ പൊട്ടലുണ്ടാകുകയും പേശികൾ ദുർബ്ബലമാവുകയും ചെയ്യും. അപകടസാദ്ധ്യത മുന്നിൽ കണ്ടുകൊണ്ട് ഇടത്താവളങ്ങളുടെ നിർമ്മാണത്തിനും ചാന്ദ്രഖനനത്തിനും റോബോട്ടുകളെ ഉപയോഗിക്കാനാണ് നാസ ഉദ്ദേശിക്കുന്നത്.

ഒരു റോബോട്ടിന് ചെയ്യാൻ കഴിയുന്നതിൽ കൂടുതലൊന്നും മനുഷ്യനും ചന്ദ്രനിൽ ചെയ്യാൻ കഴിയില്ല. അപ്പോൾ പിന്നെ ചന്ദ്രന്റെ അന്തരീക്ഷവും ഉപരിതലവുമൊന്നും പഠന വിധേയമാക്കലല്ല ഭാവിയിലെ ചാന്ദ്രയാത്രകളുടെ ഉദ്ദേശ്യം. തീർച്ചയായും ചന്ദ്രലോകത്തെ കോളനിവല്ക്കരണമാണെന്ന കാര്യത്തിൽ സംശയിക്കേണ്ട കാര്യമില്ല. അല്ലെങ്കിൽത്തന്നെ ജീവന് ഭൂമിയിൽ മാത്രമേ നിലനില്പുള്ളൂ എന്നു കരുതുന്നതിൽ അർത്ഥമൊന്നുമില്ല. ദിനവും നിരവധി ഭൗമസമാന ഗ്രഹങ്ങളെ സൗരയൂഥത്തിനു വെളിയിൽ കണ്ടെത്തുന്ന ഈ അവസരത്തിൽ വിശേഷിച്ചും. അവധിക്കാലം ആഘോഷിക്കാൻ ചന്ദ്രനിൽ പോയി തിരിച്ചെത്തുന്ന വിനോദസഞ്ചാരികളെ കാണാൻ അധികനാൾ കാത്തിരിക്കേണ്ടിവരില്ല.

ചാന്ദ്രയാൻ–2

ഭാരതത്തിന്റെ രണ്ടാമത്തെ ചാന്ദ്രദൗത്യം അണിയറയിൽ ഒരുങ്ങിക്കൊണ്ടിരിക്കുകയാണ്. ഐ എസ് ആർ ഒയുടെ ക്രയോജനിക് വിജയം ചാന്ദ്ര ദൗത്യത്തിന് പുത്തനുണർവ്വാണ് നല്കിയിരിക്കുന്നത്. ഒരു ഓർബിറ്ററും ലാൻഡറും റോവറുമുൾപ്പെടെയുള്ള ചാന്ദ്രയാൻ–2 ന്റെ നിർമ്മാണവും നിയന്ത്രണവും പൂർണ്ണമായും ഐ എസ് ആർ ഒയ്ക്ക് കീഴിലാണ്. ചാന്ദ്രയാൻ–1 ദൗത്യത്തിൽനിന്ന് വിഭിന്നമായി പേടകത്തിലെ ലൂണാർ ലാൻഡർ ചന്ദ്രോപരിതലത്തിൽ 'സോഫ്റ്റ് ലാൻഡിങ്' ആണ് നടത്തുന്നത്, ഇടിച്ചിറങ്ങുകയല്ല. ലൂണാർ റോവർ ചന്ദ്രോപരിതലത്തിൽ സഞ്ചരിച്ച് ചാന്ദ്രധൂളികളും കല്ലുകളും ശേഖരിക്കുകയും വിവിധ പരീക്ഷണങ്ങൾ നടത്തുകയും ചെയ്യും. പരീക്ഷണ ഫലങ്ങളും ശേഖരിച്ച വിവരങ്ങളും ചന്ദ്രനെ ഭ്രമണം ചെയ്തുകൊണ്ടിരിക്കുന്ന ഓർബിറ്ററിലേക്കും തുടർന്ന് ഐ എസ് ആർ ഒയുടെ ഗ്രൗണ്ട് സ്റ്റേഷനിലേക്കും അയക്കുന്ന തരത്തിലാണ് ചാന്ദ്രയാൻ–2 ദൗത്യം രൂപകല്പന ചെയ്തിരിക്കുന്നത്.

ഐ എസ് ആർ ഒയുടെയും റഷ്യൻ ഫെഡറേഷൻ സ്പേസ് ഏജൻസിയുടെയും (റോസ്കോസ്മോസ്) സംയുക്ത സംരംഭമായാണ് ചാന്ദ്രയാൻ–2 പദ്ധതി ആരംഭിച്ചതെങ്കിലും പിന്നീട് റോസ്കോസ്മോസ് പിന്മാറുകയായിരുന്നു. 2015 ന് മുമ്പ് ലൂണാർ ലാൻഡർ നിർമ്മിച്ചു നല്കുന്നതിന് കഴിയില്ലെന്ന് റോസ്കോസ്മോസ് അറിയിച്ചതിനെ തുടർന്നാണ് പിന്മാറ്റമുണ്ടായത്. റഷ്യയുടെ ഫോബോസ് ഗ്രൗണ്ട് ദൗത്യം പരാജയപ്പെട്ടതിനെത്തുടർന്ന് അവരുടെ ലാൻഡറിന്റെ സാങ്കേതിക വിദ്യയിൽ നവീകരണ പ്രവർത്തനങ്ങൾ നടത്തുന്നതുകൊണ്ടാണ് യഥാസമയം ലൂണാർ ലാൻഡർ നിർമ്മിച്ചുനല്കാൻ കഴിയാതെ വന്നത്. അതേ തുടർ

ന്ന് ഐ എസ് ആർ ഒയുടെ കീഴിലുള്ള അഹമ്മദാബാദിലെ സ്പേസ് ആപ്ലിക്കേഷൻസ് സെന്ററിൽ നിർമ്മിക്കുന്ന ലാൻഡറാണ് ദൗത്യത്തിന് ഉപയോഗിക്കുന്നത്. അതുകൊണ്ടുതന്നെയാണ് പേടകത്തിന്റെ വിക്ഷേപണം 2018 ലേക്ക് മാറ്റിവെച്ചത്.

ജി എസ് എൽ വി മാർക്ക് 2 റോക്കറ്റുപയോഗിച്ച് വിക്ഷേപിക്കുന്ന ചാന്ദ്രയാൻ-2 പേടകത്തിന് 2650 കിലോഗ്രാം ഭാരമുണ്ടാകും. ശ്രീഹരിക്കോട്ടയിലെ സതീഷ്ധവാൻ സ്പേസ് സെന്ററിൽനിന്നായിരിക്കും പേടകം വിക്ഷേപിക്കുന്നത്. ഐ എസ് ആർ ഒ സ്വന്തമായി രൂപകല്പന നിർവ്വഹിച്ച് നിർമ്മിക്കുന്ന ലൂണാർ ഓർബിറ്റർ, ഉപരിതലത്തിൽനിന്നും 200 കിലോമീറ്റർ ഉയരത്തിൽ ചന്ദ്രനെ ഭ്രമണം ചെയ്തുകൊണ്ടിരിക്കും. അഞ്ചുശാസ്ത്രീയ ഉപകരണങ്ങളാണ് ഓർബിറ്റിലുള്ളത്. ഇവയിൽ മൂന്നെണ്ണം പുതിയവയാണ്. രണ്ടെണ്ണം ചാന്ദ്രയാൻ-1 ന്റെ ദൗത്യത്തിൽ ഉപയോഗിച്ചവയുടെ നവീകരിച്ച മാതൃകയാണ്. ഓർബിറ്ററിനും അനുബന്ധ ഉപകരണങ്ങൾക്കും കൂടി ഏകദേശം 1400 കിലോഗ്രാം ഭാരമുണ്ടാകും. ഏകദേശം 1250 കിലോഗ്രാം ഭാരമുള്ള ലൂണാർ ലാൻഡർ ചന്ദ്രോപരിതലത്തിൽ 'സോഫ്റ്റ്ലാൻഡിങ്' നടത്തുന്നതിനായി രൂപകല്പന ചെയ്തതാണ്. അഹമ്മദാബാദിലെ സ്പേസ് ആപ്ലിക്കേഷൻസ് സെന്ററിലാണ് ലാൻഡർ നിർമ്മിക്കുന്നത്. സൗരോർജ്ജത്തിൽ പ്രവർത്തിക്കുന്ന ആറ് ചക്രങ്ങളുള്ള ലൂണാർ റോവറിന് 30-100 കിലോഗ്രാം ഭാരമുണ്ട്. റോവറിലുള്ള പത്ത് ഇലക്ട്രിക് മോട്ടോറുകൾ ചക്രങ്ങളുടെ സ്വതന്ത്രസഞ്ചാരത്തിന് സഹായിക്കും. ചന്ദ്രോപരിതലത്തിന്റെ ത്രിമാന ചിത്രങ്ങളെടുക്കുന്നതിന് ഒരു സ്റ്റീരിയോ ഫോണിക് ക്യാമറയും റോവറിലുണ്ട്. ഓർബിറ്ററിൽ അഞ്ചും റോവറിൽ രണ്ടും ശാസ്ത്രീയ ഉപകരണങ്ങളുമായാണ് ചാന്ദ്രയാൻ-2 യാത്ര തിരിക്കുന്നത്. ഇതിനൊപ്പം നാസയുടെയും യൂറോപ്യൻ സ്പേസ് ഏജൻസിയുടെയും ഏതാനും പെലോഡുകളും ഓർബിറ്ററിൽ കൊണ്ടുപോകുന്നതിന് ഐ എസ് ആർ ഒ ഉദ്ദേശിച്ചിരുന്നു. എന്നാൽ ഉപകരണങ്ങളുടെ ഭാരക്കൂടുതൽ കാരണം അത് പിന്നീട് ഒഴിവാക്കുകയായിരുന്നു.

ഓർബിറ്റർ പെലോഡുകൾ

ലാർജ് ഏരിയാ സോഫ്റ്റ് എക്സ്-റേ സ്പെക്ട്രോമീറ്റർ (CLASS) സോളാർ എക്സ്-റേ മോണിറ്റർ (XSM) - ചാന്ദ്രധൂളിയിലെ രാസമൂലകങ്ങൾ തിരയുന്നതിന്. സിന്തറ്റിക് അപെർച്ചർ റഡാർ (SAR) - ചാന്ദ്രധൂളിയിലെ ജലസാന്നിദ്ധ്യം കണ്ടെത്തുന്നതിനാണ് ഈ എൽ-ബാൻഡ്, എസ്ബാൻഡ് റഡാറുകൾ ഉപയോഗിക്കുന്നത്. ഇമേജിങ് ഇൻഫ്രാറെഡ് സ്പെക്ട്രോമീറ്റർ (IIRS) - ചന്ദ്രോപരിതലത്തിന്റെ മാപിങ്ങും ധാതുക്കളെക്കുറിച്ചും ജലതന്മാത്രകളെക്കുറിച്ചുമുള്ള പഠനം നടത്തുന്നതിനും. ന്യൂട്രൽ മാസ് സ്പെക്ട്രോമീറ്റർ (ChACE-2) - തിരുവനന്തപുരത്തെ സ്പേസ് ഫിസിക്സ് ലബോറട്ടറിയിൽ നിർമ്മിച്ച ഈ ഉപകരണം

ചന്ദ്രന്റെ അന്തരീക്ഷത്തെക്കുറിച്ച് പഠിക്കാനുള്ളതാണ്. ടെറെ മാപ്പിങ് ക്യാമറ (TMC-2) ധാതുക്കളെക്കുറിച്ചും മണ്ണിന്റെ അന്തരഘടനയെക്കുറിച്ചു പഠിക്കുന്നതിനുള്ള ഉപകരണം. ചന്ദ്രേപരിതലത്തിന്റെ ത്രിമാന മാപിങും നടത്തും.

റോവർപെലോഡുകൾ

ബംഗളൂരുവിലെ ലബോറട്ടറി ഓഫ് ഇലക്ട്രോ ഓപ്ടിക് സിസ്റ്റംസിൽ നിർമ്മിച്ച ലേസർ ഇൻഡ്യൂസ്ഡ് ബ്രേക്ക്ഡൗൺ സ്പെക്ട്രോസ്കോപ്(LIBS), അഹമ്മദാബാദിലെ ഫിസിക്കൽ റിസർച്ച് ലബോറട്ടറിയിൽ നിർമ്മിച്ച അൽഫാ പാർട്ടിക്കൾ ഇൻഡ്യൂസ്ഡ് എക്സ്–റേ സ്പെക്ട്രോസ്കോപ്(APIXS).ഇതുകൂടാതെ ചാന്ദ്രകമ്പനങ്ങളെ (Moon quakes) കുറിച്ചും പഠിക്കുന്നതിനുള്ള ഒരു സീസ്മോമീറ്റും റോവറിൽ ഘടിപ്പിക്കുന്നതിന് ഐ എസ് ആർ ഒ ഉദ്ദേശിക്കുന്നുണ്ട്.

ഇനി ചൈനീസ് ചന്ദ്രനും

സ്ട്രീറ്റ് ലൈറ്റുകളില്ലാത്ത ഒരു നഗരത്തെക്കുറിച്ച് ചിന്തിക്കാൻ കഴിയുമോ? നഗരസൗന്ദര്യം വർദ്ധിപ്പിക്കുന്നത് സ്ട്രീറ്റ് ലൈറ്റുകളാണെന്ന് പറയുന്നതിൽ അല്പംപോലും അതിശയോക്തിയില്ല. എന്നാൽ ഒരു വലിയ നഗരത്തിൽ തെരുവുവിളക്കുകൾ ഒരു ദിവസം തെളിക്കുന്നതിനാവശ്യമായ വൈദ്യുതി ചെലവ് കണക്കുകൂട്ടിയാൽ അത് നാം ചിന്തിക്കുന്നതിലും അധികമായിരിക്കും. ഇനി ഗ്രാമപ്രദേശങ്ങളിലെ തെരുവ് വിളക്കുകൾ കൂടി കണക്കിലെടുത്താൽ വൈദ്യുതി ഉപഭോഗത്തിന്റെ തോതും അതിന്റെ ചെലവും പലമടങ്ങായി വർദ്ധിക്കും. എന്നാൽ തെരുവ് വിളക്കുകൾ നമുക്ക് ഉപേക്ഷിക്കാനുമാവില്ല. സാമൂഹിക സുരക്ഷിതത്വത്തിനും രാത്രികാല അക്രമസംഭവങ്ങൾ ഒഴിവാക്കുന്നതിനും തെരുവ് വിളക്കുകൾ അത്യാവശ്യമാണ്. തെരുവ് വിളക്കുകൾ ഇല്ലാത്ത ഒരു വീഥിയെക്കുറിച്ച് ഇന്ന് ചിന്തിക്കുക പോലും അസാദ്ധ്യമാണ്. എന്നാൽ അതിനാവശ്യമായ വൈദ്യുതിയുടെ ചെലവ് പരിഗണിച്ചാൽ ഇത് എത്രകാലം സാദ്ധ്യമാകും എന്ന് ഉറപ്പിച്ച് പറയാൻ കഴിയില്ല. ഗ്രാമങ്ങൾ നഗരങ്ങളായി മാറിക്കൊണ്ടിരിക്കുന്ന ഇക്കാലത്ത് വിശേഷിച്ചും.

നല്ല നിലാവുള്ള രാത്രികളിൽ പുറത്തിറങ്ങി നടക്കുന്നവർ ചിലപ്പോഴെങ്കിലും ചിന്തിച്ചിരിക്കാം, ഈ നിലാവിന് കുറേക്കൂടി വെളിച്ചമുണ്ടായിരുന്നെങ്കിൽ തെരുവ് വിളക്കുകളെ ആശ്രയിക്കാതെ രാത്രിയാത്ര സുഗമമാക്കാമെന്ന്. ചൈനയിലെ ശാസ്ത്രജ്ഞരും ചിന്തിക്കുന്നത് ആ വഴിക്കാണ്. ചൈനയിലെ ശാസ്ത്ര സമൂഹത്തിന്റെ ചിന്ത യാഥാർത്ഥ്യമാവുകയാണ്. 2022 മുതൽ ചൈനയിലെ തെരുവുകൾക്ക് വെളിച്ചം പകരാനാരംഭിക്കുന്നത് കൃത്രിമ ചന്ദ്രനാണ്. ഒന്നല്ല മൂന്ന് കൃത്രിമ ചന്ദ്രന്മാർ. 2020 ൽ നിർമ്മാണം പൂർത്തീകരിക്കുമെന്ന് പ്രതീക്ഷിക്കുന്ന ചൈനയുടെ മൂന്ന്

ബഹിരാകാശ ദർപ്പണങ്ങൾ 2022 മുതൽ കൃത്രിമ ചന്ദ്രനായി ചൈനയിലെ നഗരങ്ങൾക്ക് രാത്രിയിൽ വെളിച്ചം നല്കും. അതും സ്വാഭാവിക നിലാവിന്റെ എട്ട് മടങ്ങ് ശോഭകൂടിയ വെളിച്ചം. ചൈനയിലെ നഗരങ്ങൾ ഇനി മുതൽ വൈദ്യുതി ചെലവില്ലാതെ തന്നെ പാൽവെളിച്ചത്തിൽ മുങ്ങി നില്ക്കും. നാസയും യൂറോപ്യൻ സ്പേസ് ഏജൻസിയും റഷ്യൻ സ്പേസ് ഏജൻസിയും പരാജയപ്പെട്ട് ഉപേക്ഷിച്ച ദൗത്യമാണ് ചൈനീസ് സ്പേസ് ഏജൻസി യാഥാർത്ഥ്യമാക്കുന്നത്.

എന്താണ് ചൈനീസ് സ്പേസ് ഏജൻസിയുടെ കൃത്രിമ ചന്ദ്രൻ എന്ന് പരിശോധിക്കാം.

2022 ൽ ചൈന വിക്ഷേപിക്കുന്ന മൂന്ന് ബഹിരാകാശ ദർപ്പണങ്ങളാണ് കൃത്രിമ ചന്ദ്രന്മാർ എന്നതുകൊണ്ട് വിവക്ഷിക്കുന്നത്. സ്വാഭാവിക ചന്ദ്രൻ ഭൂമിയിൽനിന്ന് 3,80,000 കിലോമീറ്റർ അകലെയാണെങ്കിൽ കൃത്രിമ ചന്ദ്രൻമാർ ഭൂമിയിൽനിന്നും കേവലം 500 കിലോമീറ്റർ മാത്രം ഉയരത്തിലായിരിക്കും. 360 ഡിഗ്രി ഓർബിറ്റൽ പ്ലെയിൻ ഈ മൂന്ന് ബഹിരാകാശ ദർപ്പണങ്ങൾ ചേർന്ന് പങ്കുവയ്ക്കും. സൂര്യപ്രകാശത്തെ പ്രതിഫലിപ്പിക്കുന്ന ഈ ദർപ്പണങ്ങളുടെ പരിധി 3,600 കിലോമീറ്റർ മുതൽ 6,400 കിലോമീറ്റർ വരെയുള്ള ഭൗമമേഖലയിലായിരിക്കും. ചന്ദ്രൻ പ്രതിഫലിപ്പിക്കുന്ന സൂര്യപ്രകാശത്തിന്റെ എട്ട് മടങ്ങ് പ്രതിഫലിപ്പിക്കാൻ ഈ ദർപ്പണങ്ങൾക്ക് സാധിക്കും. രാത്രിയും പകലും ഒരു പോലെ വെളിച്ചം ലഭിക്കുന്നത് മനുഷ്യരുടെയും മറ്റ് ജന്തുക്കളുടെയും ജീവിതക്രമത്തെ ബാധിക്കുമെന്ന വാദത്തിനും ചൈനീസ് ബഹിരാകാശ ഏജൻസിക്ക് മറുപടിയുണ്ട്. പ്രകാശത്തിന്റെ തീവ്രത ക്രമീകരിച്ച് ജന്തുക്കളുടെ സ്വാഭാവിക ജൈവ ഘടികാരത്തിന് പ്രശ്നമുണ്ടാകാതെ നോക്കാൻ കഴിയുമെന്നാണ് ചൈനയുടെ ബഹിരാകാശ ശാസ്ത്രജ്ഞർ പറയുന്നത്. മാത്രവുമല്ല ഭൂമിയിൽനിന്ന് നോക്കിയാൽ ഈ ദർപ്പണങ്ങൾ ശോഭയുള്ള മൂന്ന് നക്ഷത്രങ്ങൾ പോലെയാണ് കാണപ്പെടുക. ചന്ദ്രനെപ്പോലെ വലിയ വൃത്താകാര രൂപമായല്ല. അതുമാത്രവുമല്ല ഈ കൃത്രിമ ചന്ദ്രന്മാരുടെ സേവനം ജനവാസമേഖലകളിലും നഗരങ്ങളിലുമാണ് ഉപയോഗപ്പെടുത്തുക.

50 ചതുരശ്ര കിലോമീറ്റർ ഭാഗത്ത് കൃത്രിമചന്ദ്രന്മാരുടെ പ്രകാശം ഉപയോഗിക്കാൻ കഴിഞ്ഞാൽ വർഷംതോറും 1.2 ബില്യൺ യുവാൻ വൈദ്യുതി ചെലവിൽ ലാഭിക്കാൻ കഴിയുമെന്നാണ് കണക്കാക്കുന്നത്. അതുമാത്രമല്ല ഈ ദൗത്യംകൊണ്ട് ഉദ്ദേശിക്കുന്നത്, കൊടുങ്കാറ്റ്, പേമാരി, പ്രളയം, ഭൂകമ്പം തുടങ്ങിയ പ്രകൃതി ക്ഷോഭങ്ങൾ ഉണ്ടാകുമ്പോൾ വൈദ്യുതി വിതരണം തടസ്സപ്പെടുന്നത് സ്വാഭാവികമാണ്. ഇത്തരം പ്രതിസന്ധി ഘട്ടങ്ങളിൽ കൃത്രിമ ചന്ദ്രന്മാരുടെ സേവനം വളരെയധികം പ്രയോജനകരമായിരിക്കും. 1999 ൽ ബാനർ എന്ന പേരിൽ ഇത്തരമൊരു ബഹിരാകാശ ദർപ്പണം റഷ്യ വിക്ഷേപിക്കാൻ ശ്രമിച്ചിരുന്നു. എന്നാൽ ദൗത്യം തുടർച്ചയായി പരാജയപ്പെട്ടതിനെത്തുടർന്ന് റഷ്യ പിൻവാങ്ങുകയാണുണ്ടായത്. ചൈനയുടെ ബഹിരാകാശ ദർപ്പണത്തിന് ഓരോ

എൺപത് ചതുരശ്രകിലോമീറ്ററും കൃത്യമായി വെളിച്ചം നല്ക്കുന്നതിനും ശോഭാ വ്യതിയാനം വരുത്തുന്നതിനും സാധിക്കും. എന്നിരുന്നാലും ചില പാരിസ്ഥിതിക പ്രത്യാഘാതങ്ങൾ ഇതുകൊണ്ട് സംഭവിക്കുമെന്ന് പരിസ്ഥിതി ശാസ്ത്രജ്ഞർ സംശയിക്കുന്നുണ്ട്. എന്നാൽ പരിസര മലിനീകരണമുണ്ടാക്കാത്ത ഊർജ്ജ സ്രോതസ്സ് വികസിപ്പിച്ചെടുക്കാൻ കഴിയും എന്ന പ്രതീക്ഷയിലാണ് ചൈനയിലെ ബഹിരാകാശ ഗവേഷകർ ഈ ദൗത്യവുമായി മുന്നോട്ടു പോകുന്നത്.

ചാങ് – 4 ചന്ദ്രനിൽ

ചൈനയുടെ ബഹിരാകാശപേടകം ചാങ്–4 ചന്ദ്രന്റെ ഇരുണ്ട ഭാഗത്തിറങ്ങി. ഭൂമിക്ക് അഭിമുഖമായി വരാത്ത പകുതി ഭാഗത്തെയാണ് ഇരുണ്ടവശം (Farsise) എന്നതുകൊണ്ട് ഉദ്ദേശിക്കുന്നത്. ചാങ്–4 ദൗത്യത്തിൽ ഒരു ലാൻഡറും യൂടൂ–2 എന്നുവിളിക്കുന്ന ഒരുറോവറുമുണ്ട്. ആദ്യമായാണ് ചന്ദ്രന്റെ മറുവശത്ത് ഒരു റോവർ എത്തുന്നത്. 2018 ഡിസംബർ 12 ന് ചന്ദ്രന്റെ ഭ്രമണപഥത്തിൽ പ്രവേശിച്ച പേടകം 2019 ജനുവരി 3 ന് ചന്ദ്രനിലെ വോൺ കാർമ്മൻ എന്ന ഉല്ക്കാഗർത്തത്തിൽ സോഫ്റ്റ് ലാൻഡിങ് നടത്തി.

ചാങ് – 4 ഇറങ്ങിയ ഉല്ക്കാഗർത്തത്തിന് 13 കി മീ ആഴമുണ്ട്. ഈ ഭാഗത്തുള്ള ചാന്ദ്രധൂളിയെക്കുറിച്ചും പാറകളെക്കുറിച്ചുമുള്ള പഠനമാണ് ചാങ്–4 ദൗത്യത്തിന്റെ മുഖ്യലക്ഷ്യം. അതുകൂടാതെ ചന്ദ്രന്റെ ഉപരിതല താപനില അളക്കുക, മണ്ണിന്റെയും പാറകളുടെയും രാസഗുണങ്ങളെക്കുറിച്ച് പഠിക്കുക, റേഡിയോ ടെലസ്കോപ്പ് ഉപയോഗിച്ച് ജ്യോതിശാസ്ത്ര നിരീക്ഷണം നടത്തുക. കോസ്മിക് കിരണങ്ങളെക്കുറിച്ചുള്ള പഠനം, സൂര്യന്റെ അന്തരീക്ഷത്തെക്കുറിച്ചും പ്ലാസ്മാ പ്രവാഹത്തെക്കുറിച്ചുമുള്ള പഠനം എന്നിവയും ചാങ്–4 ന്റെ ലക്ഷ്യമാണ്. ഒരു കമ്യൂണിക്കേഷൻ റിലേ സാറ്റലൈറ്റും രണ്ട് മൈക്രോസാറ്റലൈറ്റുകളും ഒരു ലാൻഡറും ഒരു റോവറും ഉൾപ്പെടുന്നതാണ് ചാങ്–4 ദൗത്യം; 1200 കിലോഗ്രാമാണ് ചാങ്–4 പേടകത്തിന്റെ ആകെപിണ്ഡം. ഒരു ലാൻഡിങ് ക്യാമറ, ഒരു ടെറേയ്ൻ ക്യാമറ, ഒരുലോ–ഫ്രീക്യൻസി സ്പെക്ട്രോമീറ്റർ, ഒരു ന്യൂട്രോൺ ഡോസിമീറ്റർ, ഒരു ലൂണാർ മൈക്രോസിസ്റ്റം എന്നിവയാണ് ലാൻഡറിലുള്ള ഉപകരണങ്ങൾ. ലൂണാർ മൈക്രോസിസ്റ്റം ഒരു സീൽ ചെയ്ത സിലിണ്ടറാണ്. 18 സെ മി നീളവും 16 സെ മീ വ്യാസവും 3

കിലോഗ്രാം പിണ്ഡവുമുള്ള ഈ സിലിണ്ടറിൽ ഉരുളക്കിഴങ്ങ്, തക്കാളി വിത്തുകളും പട്ടുനൂൽപ്പുഴുവിന്റെ മുട്ടയുമുണ്ട്. ഗുരുത്വാകർഷണ ബല മൊഴികെ മറ്റ് ഭൗതിക സാഹചര്യങ്ങളെല്ലാം ഭൂമിയിലേതിന് സമാനമാ യാണ് സിലിണ്ടറിനുള്ളിൽ ക്രമീകരിച്ചിരിക്കുന്നത്. പട്ടുനൂൽപ്പുഴുവിന്റെ മുട്ട വിരിഞ്ഞ് ലാർവയുണ്ടായാൽ അത് പുറത്തുവിടുന്ന കാർബൺഡ യോക്സൈഡ് ഉപയോഗിച്ച് മുളച്ച വിത്തുകൾക്ക് പ്രകാശസംശ്ലേഷണം നടത്താൻ കഴിയും. സസ്യങ്ങളുടെ വളർച്ച പരിശോധിക്കുന്നതിന് ഒരു ചെറിയ ക്യാമറയും സിലിണ്ടറിനുള്ളിൽ സജ്ജീകരിച്ചിട്ടുണ്ട്.

ഒരു പനോരമിക് ക്യാമറ, ഒരു റഡാർ, ഒരു ഇൻഫ്രാറെഡ് സ്പെക്ട്രോമീറ്റർ, ഒരു ന്യൂട്രൽ ആറ്റം അനലൈസർ എന്നീ ഉപകരണ ങ്ങളാണ് യുടു-2 റോവറിലുള്ളത്. ചന്ദ്രനിലെ ജലത്തിന്റെ ഉറവിടം പരി ശോധിക്കുന്നതിനാണ് ആറ്റം അനലൈസർ എന്ന ഉപകരണം ഉപയോ ഗിക്കുന്നത്.

ചാങ്-5 ഉം ചാങ്-6 ഉം 2019 ഡിസംബറിൽ ചാങേ-5 ദൗത്യവും 2020 ൽ ചാങ് -6 ദൗത്യവും വിക്ഷേപിക്കപ്പെടും. ചന്ദ്രനിൽ ഇറങ്ങി മണ്ണും പാറയും ശേഖരിച്ച് തിരിച്ചുവരാൻ കഴിയുന്ന തരത്തിലാണ് ഈ രണ്ട് റോവർദൗത്യങ്ങളും രൂപകല്പന ചെയ്തിരിക്കുന്നത്.

മഹാചന്ദ്രഗ്രഹണം

രണ്ടായിരത്തി പതിനെട്ട് ജനുവരി 31 ലെ ചന്ദ്രഗ്രഹണം ഒരു സാധാരണ ചന്ദ്രഗ്രഹണമായിരുന്നില്ല. നിരവധി പ്രത്യേകതകളുണ്ട് ഇതിന്. ഒന്നാമത്തേത് ഇതൊരു പൂർണ്ണ ചന്ദ്രഗ്രഹണമാണ്. രണ്ടാമത്തെ പ്രത്യേകത ചന്ദ്രൻ ഭൂമിയുടെ കൂടുതൽ അടുത്തെത്തുന്നതുകൊണ്ട് സാധാരണ പൗർണ്ണമി ദിവസത്തെ ചന്ദ്രബിംബത്തേക്കാൾ വലിപ്പക്കൂടുതൽ ഉണ്ടായിരിക്കും. സൂപ്പർമ്മൂൺ എന്നാണീ പ്രതിഭാസം അറിയപ്പെടുന്നത്. മൂന്നാമത്തെ പ്രത്യേകത ഒരു മാസത്തിലെ തന്നെ രണ്ടാമത്തെ പൂർണ്ണചന്ദ്രനാണ് ജനുവരി 31 ന് ഉണ്ടായത്. ബ്ലൂ മൂൺ എന്നാണിത് അറിയപ്പെടുന്നത്. പൂർണ്ണ ഗ്രഹണസമയത്ത് ഭൗമാന്തരീക്ഷത്തിന്റെ പ്രത്യേകത കാരണം ചന്ദ്രബിംബം ചുമപ്പ് കലർന്ന ഓറഞ്ച് നിറത്തിലായിരിക്കും കാണപ്പെടുക. ബ്ലഡ് മൂൺ അഥവാ രക്തചന്ദ്രൻ എന്നാണിതിന് പറയുന്നത്. ഇതാണ് നാലാമത്തെ പ്രത്യേകത. അതായത് ജനുവരി 31 ലെ ചന്ദ്രഗ്രഹണം ഒരു സാധാരണ ചന്ദ്രഗ്രഹണമല്ല. ഒരു സൂപ്പർ, ബ്ലൂ, ബ്ലഡ്മൂൺ പൂർണ്ണ ഗ്രഹണമാണ്. ഇരുപതാം നൂറ്റാണ്ടിലെ മഹാന്മാരായ ജ്യോതിശാസ്ത്രജ്ഞർക്ക് പോലും ലഭിക്കാതിരുന്ന അസുലഭ ഭാഗ്യമാണ് നമ്മെ തേടിയെത്തിയത്. അടുത്ത പൂർണ്ണ ചന്ദ്രഗ്രഹണം 2028 ഡിസംബർ 31 നും അതിനുശേഷമുള്ളത് 2037 ജനുവരി 31 നാണ് സംഭവിക്കുക. 1866 മാർച്ച് 31 നാണ് ഇതിന് മുൻപ് ഒരു ബ്ലൂമൂൺ ദിനത്തിൽ പൂർണ്ണ ചന്ദ്രഗ്രഹണമുണ്ടായത്.

ചന്ദ്രഗ്രഹണമുണ്ടാകുന്നത്

സൂര്യപ്രകാശത്തിൽ നിന്നുമുള്ള ഭൂമിയുടെ നിഴൽ ചന്ദ്രനിൽ പതിക്കുന്നതിനാണ് ചന്ദ്രഗ്രഹണം എന്നുപറയുന്നത്. സൂര്യനും ഭൂമിയും

ചന്ദ്രനും നേർരേഖയിൽ ക്രമീകരിക്കുമ്പോഴാണ് ചന്ദ്രഗ്രഹണം സംഭവിക്കുക. ഇത്തരം സന്ദർഭങ്ങളിൽ ഭൂമി സൂര്യന്റെയും ചന്ദ്രന്റെയും ഇടയിലായിരിക്കും. വെളുത്തവാവ് ദിവസമായിരിക്കും ചന്ദ്രഗ്രഹണം സംഭവിക്കുക. എന്നാൽ ഭൂമിയുടെയും ചന്ദ്രന്റെയും 'എലിപ്ടിക്കൽ പ്ലെയിനുകൾ' തമ്മിൽ 6 ഡിഗ്രി ചരിവുണ്ട്. എലിപ്ടിക്കൽ പ്ലെയിനുകൾ തമ്മിൽ ക്രമീകരണം നടക്കുന്ന അപൂർവ്വം സന്ദർഭങ്ങളിലേ ഗ്രഹണം സംഭവിക്കാറുള്ളൂ. ഇവയിൽ കൂടുതലും ഭാഗിക ഗ്രഹണങ്ങളുമായിരിക്കും. പൂർണ്ണ ഗ്രഹണങ്ങൾ അത്യപൂർവ്വ പ്രതിഭാസങ്ങളാണ്. അമാവാസി ദിവസങ്ങളിൽ ചന്ദ്രൻ ഭൂമിയുടെയും സൂര്യന്റെയും ഇടയിലായിരിക്കും ഉണ്ടാവുക. അപ്പോൾ ചന്ദ്രന്റെ നിഴൽ ഭൂമിയിൽ പതിക്കുകയും ഭൂമിയിലുള്ളവർക്ക് സൂര്യഗ്രഹണം സംഭവിക്കുന്നതായി അനുഭവപ്പെടുകയും വേണം. എന്നാൽ എല്ലാ അമാവാസി ദിനങ്ങളിലും സൂര്യഗ്രഹണം സംഭവിക്കാത്തതിന്റെ കാരണവും മുകളിൽ പറഞ്ഞതുതന്നെയാണ്. ചന്ദ്രന്റെയും ഭൂമിയുടെയും ഭ്രമണപഥങ്ങൾ തമ്മിൽ ക്രമീകരണം നടക്കുന്ന സ്പേസിലുള്ള സാങ്കല്പിക സ്ഥാനങ്ങളെയാണ് പണ്ടുള്ളവർ രാഹു, കേതു എന്ന് പറഞ്ഞിരുന്നത്.

ബ്ലഡ്മൂൺ

പൂർണ്ണ ചന്ദ്രഗ്രഹണസമയത്ത് ചന്ദ്രൻ തീർത്തും അദൃശ്യമാകേണ്ടതാണ്. പക്ഷേ, ആ സമയത്ത് ചന്ദ്രനെ മങ്ങിയ ചുമപ്പ് നിറത്തിൽ കാണാം. ഇതിനുകാരണം ഭൂമിയുടെ അന്തരീക്ഷമാണ്. ഭൂമിക്ക് അന്തരീക്ഷം ഇല്ലായിരുന്നെങ്കിൽ പൂർണ്ണ ചന്ദ്രഗ്രഹണ വേളയിൽ ചന്ദ്രബിംബം പൂർണ്ണമായും അദൃശ്യമാകുമായിരുന്നു. എന്നാൽ ഭൗമാന്തരീക്ഷത്തിലൂടെ കടന്നുപോകുന്ന സൂര്യരശ്മികൾ അപഭ്രംശത്തിലൂടെ വളഞ്ഞ് ചന്ദ്രനിൽ പതിക്കുന്നു. ഇങ്ങനെ പതിച്ചതിനുശേഷം പ്രതിഫലിച്ചുവരുന്ന പ്രകാശത്തിന്റെ ഭൂരിഭാഗവും വിസരണംമൂലം ചിതറിപ്പോകുന്നു. ചന്ദ്രനിൽനിന്ന് പ്രതിഫലിച്ചുവരുന്ന ഈ പ്രകാശത്തിൽ ബാക്കിയാവുക താരതമ്യേന തരംഗദൈർഘ്യം കൂടുതലുള്ള ഓറഞ്ച്, ചുമപ്പ് വർണ്ണരശ്മികളായിരിക്കും. ഇത് നമ്മുടെ കണ്ണിൽ പതിക്കുമ്പോൾ നമ്മൾ ചന്ദ്രനെ കാണുന്നത് മങ്ങിയ ചുമപ്പ് നിറത്തിലായിരിക്കും. എന്നാൽ പൂർണ്ണ ചന്ദ്രഗ്രഹണസമയത്തേ ഇതുകാണാനാകൂ. മറ്റുസമയങ്ങളിൽ ചാന്ദ്രപ്രഭ കാരണം ഈ പ്രതിഭാസം കാണാൻ കഴിയില്ല.

പ്രതിഫലനത്തിനുശേഷം തിരിച്ചുവരുന്ന ചുവന്ന വെളിച്ചത്തിന്റെ നിറവും തീവ്രതയും ഭൗമാന്തരീക്ഷത്തിലെ പൊടിയുടെയും മേഘങ്ങളുടെയും അളവിനെ ആശ്രയിച്ചാണിരിക്കുന്നത്. കൂടുതൽ കലങ്ങിയിരിക്കുന്ന അന്തരീക്ഷത്തിൽ മറ്റ് ആവൃത്തികളിലുള്ള വർണ്ണങ്ങൾ കൂടുതൽ ചിതറിപ്പോവുകയും ചുമപ്പ് രാശി കൂടുതലായി കാണപ്പെടുകയും ചെയ്യും. ഉയർന്ന അന്തരീക്ഷത്തിലെ പൊടി പടലങ്ങളിൽ പ്രധാന പങ്കുവഹിക്കുന്നത് അഗ്നിപർവ്വത സ്ഫോടനങ്ങളാണ്. അതിനാൽ ഒരു ചന്ദ്രഗ്ര

ഹണത്തിന് തൊട്ടുമുമ്പ് അഗ്നിപർവ്വതങ്ങൾ പൊടിത്തെറിക്കുകയോ ധൂളി വമിക്കുകയോ ചെയ്താൽ ചന്ദ്രബിംബത്തിന്റെ നിറം കൂടുതൽ ചുമപ്പായികാണാം.

ബ്ലൂമൂൺ

ഒരു കലണ്ടർ മാസത്തിൽ തന്നെയുള്ള രണ്ടാമത്തെ പൗർണ്ണമി അഥവാ ഒരു ഋതുവിൽ സംഭവിക്കുന്ന നാല് പൗർണ്ണമികളിൽ മൂന്നാമത്തേതിനെ വിളിക്കുന്ന പേരാണ് ബ്ലൂമൂൺ. അപൂർവ്വമായി സംഭവിക്കുന്നത് എന്ന അർത്ഥത്തിലാണ് ഈ പ്രയോഗം ഉണ്ടായത്. അല്ലാതെ ചന്ദ്രന്റെ നിറവുമായി ഇതിന് ബന്ധമൊന്നുമില്ല. സാധാരണയായി ഒരു വർഷത്തിൽ 12 തവണ പൂർണ്ണചന്ദ്രൻ ദൃശ്യമാകാറുണ്ട്. അതേ സമയം രണ്ടോ മൂന്നോ വർഷം കൂടുമ്പോൾ 13 പൗർണ്ണമി ഉണ്ടാകാറുണ്ട്. ഒരു വർഷത്തിൽ നാല് ഋതുക്കളാണ് ഉള്ളത്. ഒരു ഋതുവിൽ മൂന്ന് പൗർണ്ണമിയും. എന്നാൽ 13 പൗർണ്ണമികൾ ഉണ്ടാകുന്ന വർഷം ഏതെങ്കിലും ഒരു ഋതുവിൽ നാല് പൗർണ്ണമികൾ ഉണ്ടാകും. അപ്പോൾ ആ ഋതുവിലെ മൂന്നാം പൗർണ്ണമിയായിരികും ബ്ലൂമൂൺ.

സൂപ്പർമ്മൂൺ

പൂർണ്ണചന്ദ്രൻ ഭൂമിയുമായി വളരെയടുത്തുവരുന്ന പ്രതിഭാസത്തെയാണ് സൂപ്പർമ്മൂൺ എന്നുവിളിക്കുന്നത്. ഓരോ മാസവും ഭൂമിക്കും ചന്ദ്രനുമിടയിലുള്ള ദൂരം 3,54,000 കിലോമീറ്റർ മുതൽ 4,10,000 കിലോമീറ്റർ വരെ വ്യത്യാസപ്പെടുന്നുണ്ട്. ചന്ദ്രൻ കൂടുതൽ അടുത്തുവരുന്ന സന്ദർഭങ്ങളിൽ വേലിയേറ്റം, കടൽക്ഷോഭം എന്നിവ ശക്തമാവുകയും ഭൂകമ്പം, അഗ്നിപർവ്വത സ്ഫോടനങ്ങൾ എന്നിവയ്ക്കുള്ള സാദ്ധ്യത വർദ്ധിക്കുകയും ചെയ്യും. സൂപ്പർമ്മൂൺ സമയത്ത് പൗർണ്ണമി കൂടി ഒത്തുവന്നാൽ ചന്ദ്രബിംബത്തിന്റെ വലിപ്പം 14 ശതമാനം വരെ കൂടുതലാകുന്നത് ദൃശ്യമാകും. ഇത് അപൂർവ്വമായാണ് സംഭവിക്കുന്നത്. 2018 ജനുവരി 31 ന് ശേഷം ഇനി സൂപ്പർമ്മൂൺ ദൃശ്യമാവുക 2023 ജനുവരി 21 നും, 2034 നവംബർ 25 നും, 2036 ജനുവരി 13 നും ആയിരിക്കും.

തിരശ്ചീന ഗ്രഹണം

സൂര്യോദയത്തിന് തൊട്ടുശേഷമോ അസ്തമയത്തിന് തൊട്ടുമുമ്പോ ചന്ദ്രഗ്രഹണമുണ്ടാകുമ്പോൾ ഒരു സ്ഥലത്തുനിന്നുകൊണ്ടു തന്നെ സൂര്യനെയും ചന്ദ്രനെയും കാണാൻ കഴിഞ്ഞെന്നുവരാം. തുറന്ന കടലിലോ, വിമാനത്തിൽ സഞ്ചരിക്കുമ്പോഴോ, കിഴക്കും പടിഞ്ഞാറും ചക്രവാളങ്ങൾ നേരിട്ടുകാണാവുന്ന സ്ഥലങ്ങളിലോ ആണ് ഇത്തരം ദൃശ്യാനുഭവം ഉണ്ടാവുക. തിരശ്ചീന ഗ്രഹണം എന്നാണിത് അറിയപ്പെടുന്നത്. ഭൂമിയുടെ നിഴൽ ചന്ദ്രന്റെ ആപേക്ഷിക വലിപ്പത്തിലും കൂടുതലുള്ളതുകൊണ്ടാണ് തിരശ്ചീന ഗ്രഹണങ്ങൾ സംഭവിക്കുന്നത്.

സൂര്യഗ്രഹണവും ചന്ദ്രഗ്രഹണവും

സൂര്യഗ്രഹണം കറുത്തവാവ് ദിവസവും ചന്ദ്രഗ്രഹണം വെളുത്തവാവ് ദിവസവും മാത്രമേ സംഭവിക്കുകയുള്ളൂ. ചന്ദ്രഗ്രഹണം സൂര്യഗ്രഹണത്തെ അപേക്ഷിച്ച് കൂടുതൽ നേരത്തേക്ക് നീണ്ടുനില്ക്കും. ഭൂമിയുടെ കൂടുതൽ വ്യാപകമായ മേഖലകളിൽനിന്ന് ചന്ദ്രഗ്രഹണം കാണാവുന്നതാണ്. പൂർണ്ണ സൂര്യഗ്രഹണത്തേക്കാൾ കൂടുതൽ പൂർണ്ണ ചന്ദ്രഗ്രഹണങ്ങൾ കാണാൻ കഴിയും. ഭൂമി ചന്ദ്രനെ അപേക്ഷിച്ച് വലിയ ഗ്രഹമായതുകൊണ്ടാണിത്. ഭൂമിയിൽനിന്ന് നോക്കുമ്പോൾ സൂര്യബിംബത്തിന്റെ വ്യാസവും സൂര്യനിലേക്കുള്ള അകലവും ചന്ദ്രബിംബവ്യാസവും ചന്ദ്രനിലേക്കുള്ള അകലവും ആനുപാതികമായതുകൊണ്ടാണ് ചന്ദ്രനെപ്പോലെയുള്ള ഒരു ചെറിയ ദ്രവ്യപിണ്ഡം സൂര്യനെ പൂർണ്ണമായി മറയ്ക്കുന്നതായി അനുഭവപ്പെടുന്നത്.

അംബ്ര, പെനംബ്ര, ആന്റംബ്ര

നിഴലിന്റെ മൂന്ന് ഭാഗങ്ങളാണ് അംബ്രയും പെനംബ്രയും ആന്റംബ്രയും. ലാറ്റിൻ ഭാഷയിൽ അംബ്ര എന്നാൽ നിഴൽ എന്നാണർത്ഥം. സാധാരണയായി ഖഗോള പിണ്ഡങ്ങൾ സൃഷ്ടിക്കുന്ന നിഴലിനെ (ഗ്രഹണത്തെ) അവതരിപ്പിക്കുമ്പോഴാണ് ഈ വാക്കുകൾ ഉപയോഗിക്കുന്നത്. നിഴലിന്റെ ഏറ്റവും ഇരുണ്ട ഭാഗമാണ് അംബ്ര. പ്രകാശം പൂർണ്ണമായി തടയുന്ന മേഖലയാണിത്. അംബ്രയിൽ ഉള്ള ഒരു നിരീക്ഷകന് പൂർണ്ണ ഗ്രഹണമായിരിക്കും അനുഭവപ്പെടുക. പ്രകാശം പൂർണ്ണമായി തടയാൻ കഴിയാതെ വരുമ്പോൾ സൃഷ്ടിക്കുന്ന നേർത്ത നിഴലാണ് പെനംബ്ര. പെനംബ്രയിലുള്ള നിരീക്ഷകന് ഭാഗിക ഗ്രഹണമാണ് അനുഭവപ്പെടുക. നിഴലുണ്ടാക്കുന്ന വസ്തു പ്രകാശ സ്രോതസ്സിന്റെ ആപേക്ഷിക വലിപ്പത്തിലും കുറവാണെങ്കിൽ സൃഷ്ടിക്കുന്ന നിഴലാണ് ആന്റംബ്ര. വലയ ഗ്രഹണത്തിനുകാരണം ആന്റംബ്രയാണ്.

ബ്ലഡ് മൂൺ

യേശുക്രിസ്തുവിന്റെ പുനരാഗമനത്തിന് സമയമായോ? ക്രിസ്ത്യൻ പാസ്റ്റർമാരായ മാർക്ക് ബ്ലിറ്റ്സും ജോൺ ഹാഗിയും ലോകാവസാനം പ്രവചിക്കുകയാണ്. അതിനുള്ള തെളിവായി അവർ കണ്ടെത്തിയത് പൂർണ്ണ ചന്ദ്രഗ്രഹണമാണ്. രക്തചന്ദ്രൻ (Blood Moon) എന്ന വാക്കാണ് അവർ ഈ ചന്ദ്രഗ്രഹണത്തെ വിളിക്കാനുപയോഗിക്കുന്നത്. ഇംഗ്ലീഷ് *ബൈബിളിൽ* ജോയൽ പ്രവാചകന്റെ പുസ്തകത്തിലെ രണ്ടാമത്തെ അദ്ധ്യായത്തിലെ 31 ാമത്തെ വാക്യമാണ് ചന്ദ്രഗ്രഹണത്തെ ലോകാവസാനവുമായി ബന്ധപ്പെടുത്തുന്നതിനായി പാസ്റ്റർമാർ തെരഞ്ഞെടുത്തത്. അതിങ്ങനെയാണ് 'സൂര്യൻ ഇരുണ്ടുപോകും. ചന്ദ്രൻ രക്തവർണ്ണമാകും. അത് ദൈവപുത്രന്റെ രണ്ടാമത്തെ ആഗമനത്തിന്റെ അടയാളമാണ്(ജോയൽ 2:31).

2013 ൽ പ്രസിദ്ധീകരിച്ച പുസ്തകത്തിലാണ് പാസ്റ്റർമാർ തങ്ങളുടെ വാദങ്ങൾ നിരത്തിയിരിക്കുന്നത്. പൂർണ്ണ ചന്ദ്രഗ്രഹണത്തെ ഒരു സാധാരണ പ്രതിഭാസമായി കാണാൻ കഴിയില്ല. തുടർച്ചയായ നാല് പൂർണ്ണ ചന്ദ്രഗ്രഹണങ്ങളുടെ പരമ്പരയിലെ ആദ്യ ഗ്രഹണമാണിത്. തുടർന്ന് ആറ് ചാന്ദ്രമാസങ്ങളുടെ ഇടവേളകളിൽ മൂന്ന് പൂർണ്ണ ചന്ദ്രഗ്രഹണം കൂടി സംഭവിക്കും. ഇതിനിടയിൽ ഭാഗീക ചന്ദ്രഗ്രഹണങ്ങൾ ഉണ്ടാകുന്നുമില്ല. ഇത്തരം അപൂർവ്വ പ്രതിഭാസങ്ങൾ നടക്കുമ്പോൾ യേശുക്രിസ്തുവിന്റെ ജന്മദേശമായ ഇസ്രായേലിൽ പല മാറ്റങ്ങളുമുണ്ടായിട്ടുള്ളതായി ചരിത്രം സാക്ഷ്യപ്പെടുത്തുന്നുണ്ടെന്നാണ് പാസ്റ്റർമാർ വാദിക്കുന്നത്. 1493 ൽ ഇത്തരമൊരു പ്രതിഭാസമുണ്ടായപ്പോഴാണ് ജൂതന്മാരുടെ കൂട്ടക്കുരുതി നടന്ന കുപ്രസിദ്ധമായ സ്പാനിഷ് മത വിചാരണ ഉണ്ടായത്. 1949 ൽ ജൂതന്മാർ ഒത്തുചേർന്ന് ഇസ്രായേൽ രാഷ്ട്രം പുനഃസ്ഥാപിച്ചപ്പോഴും

ചന്ദ്രൻ ഇത്തരമൊരു അടയാളം കാണിച്ചു. ഇരുപത് വർഷങ്ങൾക്ക് ശേഷം 1967 ലും രക്തചന്ദ്രനുണ്ടായി. അക്കാലത്താണ് ആറുദിവസം നീണ്ടുനില്ക്കുന്ന അറബ്-ഇസ്രായേൽ യുദ്ധമുണ്ടായത്. ഇങ്ങനെയൊക്കെ നോക്കുമ്പോൾ രക്തചന്ദ്രൻ വരാനിരിക്കുന്ന ലോകാവസാനത്തിന്റെ സൂചനയാണെന്നാണ് പാസ്റ്റർമാർ പ്രചരിപ്പിക്കുന്നത്. ഈ നാല് രക്തചന്ദ്രന്മാരിൽ ആദ്യത്തേത് സംഭവിക്കുന്നത് ജൂത-ക്രിസ്ത്യൻ മതാചാരപ്രകാരമുള്ള പെസഹ കാലത്താണെന്നതും തങ്ങളുടെ വെളിപാടുകൾക്ക് ബലം നല്കുന്നുണ്ടെന്നാണ് അവരുടെ വാദം.

എന്താണ് രക്തചന്ദ്രൻ?

ചന്ദ്രഗ്രഹണവുമായി ബന്ധപ്പെട്ട് ഇപ്പോൾ പ്രചരിച്ചുകൊണ്ടിരിക്കുന്ന ലോകാവസാന പ്രവചനങ്ങളുടെ ശാസ്ത്രീയത പരിശോധിക്കാം. ജോതിശാസ്ത്രജ്ഞർ 'ടെട്രാഡ്' എന്ന് വിളിക്കുന്ന ഖഗോള പ്രതിഭാസമാണ് സംഭവിക്കുന്നത്. ആറ് ചാന്ദ്രമാസങ്ങളുടെ ഇടവേളയിൽ തുടർച്ചയായി ഉണ്ടാകുന്ന നാല് പൂർണ്ണ ചന്ദ്രഗ്രഹണങ്ങളാണിത്. ഈ കാലയളവിൽ ഭാഗീകഗ്രഹണങ്ങൾ ഉണ്ടാകുന്നില്ലെന്നതും ശ്രദ്ധേയമാണ്. അപൂർവ്വ പ്രതിഭാസമാണ് ഇതെന്നൊന്നും പറയാൻ കഴിയില്ല. കഴിഞ്ഞ 2000 വർഷത്തെ ചരിത്രം പരിശോധിച്ചാൽ 54 ടെട്രാഡുകൾ സംഭവിച്ചിട്ടുണ്ടെന്ന് മനസ്സിലാകും. 21 ാം നൂറ്റാണ്ടിൽ ഇതുപോലെയുള്ള എട്ട് ടെട്രാഡുകൾ കൂടി സംഭവിക്കും. സൂര്യൻ-ഭൂമി-ചന്ദ്രൻ എന്നീ ഖഗോള പിണ്ഡങ്ങളുടെ സഞ്ചാരത്തിലുള്ള ക്രമീകരണം കൊണ്ടാണ് ഗ്രഹണങ്ങൾ ഉണ്ടാകുന്നത്. ടെട്രാഡുകളും അങ്ങനെ തന്നെ. 2014 ഏപ്രിൽ 14–15, ഒക്ടോബർ 8, 2015 ഏപ്രിൽ 4, സെപ്തംബർ 28 എന്നീ ദിവസങ്ങളിലാണ് നാല് പൂർണ്ണചന്ദ്രഗ്രഹങ്ങൾ സംഭവിച്ചത്. ഇതിനുശേഷം ഇതുപോലെയൊന്ന് നടക്കണമെങ്കിൽ 2023–33 വരെ കാത്തിരിക്കണം.

വീണ്ടും പാസ്റ്റർമാരിലേക്ക് തന്നെ തിരിച്ചുവരാം. ഭൂമിയുടെ കേന്ദ്രം ഇസ്രായേലും ലോകമൊന്നാകെ നിയന്ത്രിക്കുന്നത് ജൂത-ക്രിസ്ത്യൻ മതവിശ്വാസപ്രകാരമുള്ള ദൈവ സങ്കല്പവുമാണെന്ന സങ്കുചിതമായ ചിന്താഗതിയാണ് ഈ വെളിപാടിന് പിന്നിലുള്ളത്. അതിലേറെ രസകരമായ വസ്തുത ഈ നാല് ഗ്രഹണങ്ങളും ഇസ്രായേലിൽ ദൃശ്യമാകുന്നില്ലെന്നതാണ്. അമേരിക്കക്കാർക്കാണ് ഇതിനുള്ള ഭാഗ്യം ലഭിച്ചിരിക്കുന്നത്. 'ബ്ലഡ്മൂൺ' എന്ന വാക്ക് ജ്യോതിശാസ്ത്രജ്ഞർ ഉപയോഗിക്കാറില്ല. അതിലൊട്ടും വസ്തുതയില്ലാത്തതു തന്നെ കാരണം. ചിലപ്പോഴെല്ലാം അഗ്നി പർവ്വത സ്ഫോടനങ്ങൾ സൃഷ്ടിക്കുന്ന പൊടിപടലങ്ങൾ ഭൗമാന്തരീക്ഷത്തിൽ വ്യാപിക്കുമ്പോൾ ചന്ദ്രബിംബം ചുമപ്പുകലർന്ന തവിട്ടു നിറത്തിൽ ദൃശ്യമാകാറുണ്ട്. ഈ പ്രതിഭാസത്തെ നാടകീയമായി അവതരിപ്പിക്കുമ്പോൾ ചില ശാസ്ത്രലേഖകരെങ്കിലും ചിലപ്പോഴെല്ലാം 'ബ്ലഡ്മൂൺ', 'റെഡ്മൂൺ' എന്നിങ്ങനെയുള്ള പ്രയോഗങ്ങൾ നടത്താറുണ്ടെന്ന് മാത്രം. 2013 ൽ പ്രസ്തുത പാസ്റ്റർമാർ പ്രസിദ്ധീകരിച്ച പുസ്

തകത്തിലാണ് ഈ പ്രയോഗം വ്യാപകമായി നടത്തിയിരിക്കുന്നത്.

ചരിത്രാതീതകാലം മുതൽത്തന്നെ മനുഷ്യൻ പ്രാപഞ്ചിക പ്രതിഭാസങ്ങളെ നിരീക്ഷിച്ചിരുന്നു. പല പ്രതിഭാസങ്ങളും വിശ്വാസങ്ങളുമായി ബന്ധപ്പെടുത്തിയാണ് അവതരിപ്പിക്കപ്പെട്ടത്. ആധുനിക കാലഘട്ടത്തിൽ പൗരോഹിത്യവും ഇതിന് പിന്തുണ നല്കി. മത ഗ്രന്ഥങ്ങൾ എഴുതപ്പെട്ട കാലത്ത് മനുഷ്യനുണ്ടായിരുന്ന ശാസ്ത്രബോധം ഇത്തരം പ്രതിഭാസങ്ങൾ വിശദീകരിക്കുന്നതിന് ഉപയോഗിക്കുന്നത് സ്വാഭാവികമാണ്. എന്നാൽ ശാസ്ത്രം വളരുന്നതനുസരിച്ച് മത ഗ്രന്ഥങ്ങൾ നവീകരിക്കാൻ കഴിയില്ലല്ലോ. അതുകൊണ്ടുതന്നെ പല ദുരൂഹ പ്രതിഭാസങ്ങളെയും കാര്യ കാരണ സഹിതം ശാസ്ത്രം വിവരിച്ചപ്പോഴും ഇത്തരം മത ഗ്രന്ഥങ്ങൾ ആയിരത്തി അഞ്ഞൂറും രണ്ടായിരവും വർഷം പിന്നിലാണ് ഇപ്പോഴുമുള്ളത്. പുരോഹിതന്മാർക്കും മത പ്രഭാഷകർക്കും സാധാരണ ജനങ്ങൾക്കിടയിലുള്ള സ്വാധീന പ്രാപഞ്ചിക പ്രതിഭാസങ്ങളെ തെറ്റായി വ്യാഖ്യാനിക്കുന്നതിനും ജനങ്ങൾക്കിടയിൽ പരിഭ്രാന്തി പരത്തുന്നതിനും കാരണമാകുന്നുണ്ടെങ്കിൽ അത് തടയുകതന്നെ വേണം. പ്രവാചകന്മാർ പൊറുക്കണം. ലോകാവസാനത്തിന്റെയും ദൈവപുത്രന്റെ പുനരാഗമനത്തിന്റെയും അടയാളമല്ല ഗ്രഹണങ്ങൾ. കേവലമൊരു നിഴൽ നാടകം മാത്രമാണ്.